HẠT HẠT TUYỆT VỜI
SÁCH NẤU ĂN

100 công thức nấu ăn với hạt bí ngô, hạt hướng dương và hơn thế nữa

Vân Uyên

Tài liệu bản quyền ©2024

Đã đăng ký Bản quyền

Không phần nào của cuốn sách này được phép sử dụng hoặc truyền đi dưới bất kỳ hình thức nào hoặc bằng bất kỳ phương tiện nào mà không có sự đồng ý bằng văn bản thích hợp của nhà xuất bản và chủ sở hữu bản quyền, ngoại trừ những trích dẫn ngắn gọn được sử dụng trong bài đánh giá. Cuốn sách này không nên được coi là sự thay thế cho lời khuyên về y tế, pháp lý hoặc chuyên môn khác.

MỤC LỤC

MỤC LỤC 3
GIỚI THIỆU 6
HẠT BÍ ĐÔ 7
   1. HẠT BÍ NGÔ CHÂU Á 8
   2. HẠT BÍ NGÔ BỐC LỬA 10
   3. SÔ CÔ LA GOJI CHUỐI POPS 12
   4. BÍ NGÒI SỐT PESTO BÍ NGÔ 14
   5. SALAD CÀ TÍM NƯỚNG 16
   6. HỖN HỢP ĐỒ ĂN NHẸ THU HOẠCH MÙA THU 18
   7. MÓN ĂN NHẸ HỖN HỢP HALLOWEEN 20
   8. HỖN HỢP BỎNG NGÔ BERRY TRAIL 22
   9. ĐƯỜNG MÒN ASHWAGANDHA HỖN HỢP 24
   10. BÁNH QUẾ TOSTADA SUNDAES 26
   11. PARFAIT SỐNG VỚI SỮA SPIRULINA 29
   12. BÁNH NƯỚNG XỐP LẠNH CAM VIỆT QUẤT 31
   13. GRANOLA SIÊU CHUNKY CHAI-SPICE 33
   14. BÁT BÁNH PHÔ MAI BÍ NGÔ 35
   15. BỮA SÁNG KHOAI LANG VỚI SỮA CHUA TRÀ DÂM BỤT 37
   16. BÁT ĂN SÁNG QUINOA DỪA 39
   17. BÍ NGÔ LAMINGTON 41
   18. SALAD RAU BINA DÂU VỚI SỐT MARGARITA 44
HẠT HƯỚNG DƯƠNG **46**
   19. ĐỒ ĂN NHẸ DÃ NGOẠI MÙA HÈ 47
   20. THỊT NƯỚNG HỖN HỢP 49
   21. HỖN HỢP TRÁI CÂY VÀ HẠT SẤY KHÔ 51
   22. BÁNH MÌ NGUYÊN HẠT HƯỚNG DƯƠNG 53
   23. CỦ CẢI ĐƯỜNG CAM GREMOLATA 55
   24. SALAD BÔNG CẢI XANH VỚI BƠ 57
   25. THANH ĐIỀU ASHWAGANDHA 59
   26. BÁNH TART PHÔ MAI AMARETTO 62
HẠT MÈ **64**
   27. SALAD RONG BIỂN BẮC KINH 65
   28. SANDWICH TÁO VỚI QUẢ KỶ TỬ 67
   29. BÁNH MUFFIN MATCHA MOCHI 69
   30. BÁNH TRUNG THU DA TUYẾT MÈ & MACADAMIA 71
HẠT DƯA **74**
   31. SALAD LÊ ÓC CHÓ 75
   32. BÁNH TRUNG THU CÀ PHÊ SÔ CÔ LA ĐEN 77
   33. BÁNH TRUNG THU HOA SEN XANH 79
   34. BÁNH TRUNG THU CÀ PHÊ TRẮNG 82
   35. BÁNH TRUNG THU DA TUYẾT KAHLUA 85
HẠT CHIA **88**

36. Bánh quy Spirulina 89
37. Yến mạch qua đêm đậu bướm 91
38. Bát sinh tố Matcha Đậu biếc 93
39. Bánh rán tráng men đậu bướm 95
40. Bánh quy nam việt quất và hạt chia 97
41. Pudding Hoa Cúc Chia 99
42. Bát sinh tố hoa cơm cháy 101
43. Mứt chia hoa cơm cháy 103
44. Hạt năng lượng dâm bụt 105
45. Bánh pudding Chia Mason Jar 107
46. Matcha Yến mạch qua đêm 109
47. Sinh Tố Matcha Bơ 111
48. Lê Pistachio Parfait Lọ 113

HẠT LINH/HẠT LINH 115
49. Thịt viên chay nướng lò 116
50. Bánh quy sợi tròn 118
51. Hộp cơm trưa Bánh quy sô cô 120
52. Bánh quy Fonio & Moringa 122
53. Không nướng năng lượng với Nutella 124
54. Táo việt quất quả óc chó giòn 126
55. Sữa rửa mặt Berry And Chard Smoothif 128

HẠT THẢ ĐẠI 130
56. Masala Chai Affogato Ấn Độ 131
57. Kem Chai 133
58. Trà Rong Biển Kombu 136
59. Bánh Bơ Cam-Bạch Đậu Khấu Với Kem Hoa Hồng 138

HẠT GAI DẦU 141
60. Thịt viên củ cải đỏ 142
61. Yến mạch Spirulina qua đêm việt quất 144
62. Bát sinh tố đào 146
63. Vỏ Socola Goji Berry 148
64. Trà xanh Gừng Sinh Tố 150

HẠT THẠT 152
65. Bánh quế chanh hạt anh túc 153
66. Carbquik Bialys 155
67. Bánh nướng xốp chanh Carbquik 158

HẠT MÙI TẮM 160
68. Burekas 161
69. Tương ớt đại hoàng 164
70. Củ cải muối 166
71. Cà ri mù tạt Microgreen Dal 168
72. Mù tạt Prosecco 170
73. Kê, gạo và lựu 172
74. Tương ớt nam việt quất 174

HẠT THÌ 176

75. Bánh Tres Leches Với Hạt Thì Là	177
76. Vai Cừu Nướng Chậm	181
77. Trà Hoa Cúc Và Thì Là	183

HẠT CARAWAY **185**

78. Bánh Nồi Thịt Heo Trang Trại	186
79. Súp Dừa & Tảo Spirulina	188
80. Bratwurst Đức	190
81. Bánh quy mặn và lúa mạch đen	192

HẠT NIGELLA/HẠT THÌ ĐEN **194**

82. Bánh Tart Cà Tím Phô Mai Dê	195
83. Bánh nướng gà	198
84. Hỗn hợp gia vị Tikur Azmud (Hỗn hợp thì là đen)	201
85. Cà ri gà xanh Matcha chanh	203

HẠT ĐU ĐỦ **206**

86. Salsa hạt đu đủ	207
87. Sinh Tố Hạt Đu Đủ	209
88. Nước sốt hạt đu đủ	211

HẠT HỖN HỢP **213**

89. Thandai Tres Leches	214
90. Củ cải muối	217
91. Cà Ri Bí Ngô Hạt Cay	219
92. Gỏi Bắp Cải Lựu	221
93. Gỏi Cà Rốt Lựu	223
94. Trà Masala Gia Vị	225
95. Đậu xanh tẩm gia vị	227
96. Bánh quy nam việt quất và hạt	229
97. Vỏ Sôcôla Godiva Và Hạnh Nhân	231
98. Bí Goji Bát	233
99. Bát sữa chua siêu thực	235
100. Bát Đu Đủ Kiwi	237

KẾT LUẬN **239**

GIỚI THIỆU

Chào mừng bạn đến với "HẠT HẠT TUYỆT VỜI SÁCH NẤU ĂN", một cuộc phiêu lưu ẩm thực tôn vinh sự đa dạng và linh hoạt của các loại hạt. Từ hạt bí ngô đến hạt hướng dương và hơn thế nữa, hạt không chỉ là nguồn năng lượng bổ dưỡng mà còn tạo thêm hương vị, kết cấu và độ giòn thú vị cho nhiều món ăn. Trong cuốn sách nấu ăn này, chúng tôi giới thiệu cho bạn 100 công thức nấu ăn thể hiện tiềm năng đáng kinh ngạc của hạt giống, đưa ra những cách sáng tạo và ngon miệng để kết hợp chúng vào món ăn của bạn.

Hạt giống không chỉ là một món ăn nhẹ mà còn là một kho tàng ẩm thực đang chờ được khám phá. Cho dù bạn rắc chúng lên món salad để tăng thêm độ giòn, sử dụng chúng làm lớp phủ cho thịt và hải sản hay kết hợp chúng vào các món nướng và món tráng miệng, thì hạt đều mang lại yếu tố độc đáo và thỏa mãn cho mọi công thức. Trong bộ sưu tập này, chúng tôi sẽ chỉ cho bạn cách khai thác sự tốt lành của hạt để tạo ra những món ăn vừa bổ dưỡng vừa ngon miệng.

Nhưng "HẠT HẠT TUYỆT VỜI SÁCH NẤU ĂN" không chỉ là một bộ sưu tập các công thức nấu ăn—nó là sự tôn vinh sự đa dạng và phong phú đáng kinh ngạc của các loại hạt được tìm thấy trong tự nhiên. Khi khám phá các trang của cuốn sách nấu ăn này, bạn sẽ khám phá những lợi ích sức khỏe và khả năng nấu nướng của hạt bí ngô, hạt hướng dương, hạt vừng, hạt chia, v.v. Cho dù bạn là một đầu bếp quan tâm đến sức khỏe hay một người đam mê ẩm thực, thì cuốn sách nấu ăn này sẽ có điều gì đó truyền cảm hứng và kích thích vị giác của bạn.

Vì vậy, cho dù bạn đang muốn bổ sung thêm chất dinh dưỡng cho bữa ăn của mình hay chỉ đơn giản là khám phá hương vị và kết cấu mới, hãy để "HẠT HẠT TUYỆT VỜI SÁCH NẤU ĂN" làm hướng dẫn cho bạn. Từ mặn đến ngọt, đơn giản đến phức tạp, có một công thức hạt giống trong bộ sưu tập này dành cho mọi khẩu vị và mọi dịp. Hãy sẵn sàng bắt tay vào một cuộc hành trình thú vị xuyên qua thế giới tuyệt vời của hạt giống.

HẠT BÍ

1.Pumpkin Châu Á

THÀNH PHẦN:
- 2 chén hạt bí ngô sống, đã bóc vỏ
- 2 muỗng canh nước tương
- 1 thìa cà phê bột gừng
- 2 thìa cà phê Splenda

HƯỚNG DẪN:
a) Làm nóng lò ở nhiệt độ 350°F.
b) Trong một bát trộn, trộn hạt bí ngô, nước tương, gừng và Splenda, trộn đều.
c) Trải hạt bí ngô vào chảo rang nông và nướng trong khoảng 45 phút hoặc cho đến khi hạt khô, khuấy hai hoặc ba lần trong quá trình rang.
d) Mỗi loại có 13 gam carbohydrate và 3 gam chất xơ, với tổng số 10 gam carbs có thể sử dụng được và 17 gam protein.

2.Hạt bí ngô bốc lửa

THÀNH PHẦN:
- 1 thìa cà phê ớt bột ngọt
- ½ thìa cà phê thì là xay
- 1/4 chén dầu ô liu
- 1 muỗng cà phê sốt Tabasco
- 2 chén hạt bí ngô đã bóc vỏ
- Muối

HƯỚNG DẪN:
a) Làm nóng lò ở nhiệt độ 400°F. Trong một bát nhỏ, trộn ớt bột và thì là. Đánh đều dầu và Tabasco. Thêm hạt bí ngô và quăng vào áo khoác.
b) Trải hạt lên khay nướng và nướng cho đến khi có mùi thơm, khoảng 5 phút. Lấy ra khỏi lò, rắc muối cho vừa ăn và để nguội hoàn toàn trước khi dùng.
c) Tốt nhất nên ăn những món này trong ngày làm nhưng sau khi nguội, chúng có thể được đậy kín và bảo quản ở nhiệt độ phòng trong 2 đến 3 ngày.

3. Sô cô la Goji chuối Pops

THÀNH PHẦN:
- 4 quả chuối cỡ vừa bóc vỏ và cắt làm đôi theo chiều ngang
- Que kem
- 1 ½ cốc sô-cô-la đen/nút
- ¼ muỗng cà phê dầu dừa

đứng đầu
- Muesli nướng & hạt bí ngô
- Quả Goji và quả mơ khô thái hạt lựu
- Hạt lựu & dừa sấy đông lạnh
- Hạt hồ trăn cắt nhỏ và hạnh nhân thái lát
- Hạnh nhân thái lát & dừa vụn
- Quinoa phồng

HƯỚNG DẪN:
a) Cho sô cô la chip/nút với dầu dừa vào tô an toàn với lò vi sóng và đun nóng trong khoảng thời gian ít nhất 15 giây ở công suất trung bình - khuấy đều mỗi lần cho đến khi tan chảy.
b) Dùng cốc có miệng rộng để sô cô la tan chảy có thể phủ ít nhất ¾ chiều dài của quả chuối khi nhúng vào sô cô la.
c) Trải từng lớp phủ lên trên một khay phẳng và cuộn chuối phủ sô-cô-la vào lớp phủ tùy chọn. Đặt trên một khay nhỏ riêng biệt có lót giấy nến.
d) Lặp lại quy trình cho các lớp phủ khác sau đó cho vào ngăn đá ít nhất 30 phút hoặc cho đến khi lớp phủ cứng lại. Phục vụ lạnh.

4.Bí ngòi với Pesto bí ngô

THÀNH PHẦN:
PESTO BÍ ĐỎ:
- ½ chén hạt bí ngô
- ⅜ cốc dầu ô liu
- 1 thìa nước cốt chanh
- 1 nhúm muối
- 1 bó húng quế

PHỦ BÊN TRÊN THỨC ĂN:
- 7 quả ô liu đen
- 5 quả cà chua bi

HƯỚNG DẪN:
a) Trong máy xay thực phẩm, xay hạt bí thành bột mịn. Thêm dầu ô liu, chanh và muối vào, trộn đều cho đến khi hòa quyện. Thỉnh thoảng dừng lại để cạo xuống hai bên. Thêm lá húng quế.
b) Nêm thêm dầu ô liu, muối và chanh. Bảo quản pesto trong lọ kín. Nó sẽ kéo dài khoảng một tuần trong tủ lạnh.
c) Dùng dụng cụ gọt khoai tây gọt vỏ bên ngoài quả bí xanh. Tiếp tục lột đến tận lõi.
d) Khuấy bí xanh và pesto với nhau rồi phủ ô liu và cà chua bi lên trên.

5.Salad cà tím nướng

THÀNH PHẦN:
- 175g bí ngô
- 1 quả cà tím nhỏ, cắt hạt lựu
- 1 củ hành đỏ, thái lát
- 1 quả ớt đỏ, thái lát
- Một nắm rau muống non
- 1 muỗng canh hạt bí ngô
- 1 thìa cà phê mật ong
- 1 muỗng cà phê giấm balsamic

HƯỚNG DẪN:

a) Làm nóng lò nướng bằng gỗ. Trên khay nướng đá bên trong, nhắm tới nhiệt độ 952°F (500°C).
b) Thêm dầu ô liu vào Chảo gang của bạn.
c) Nhấc chảo ra khỏi bếp khi dầu nóng và thêm cà tím, hành tây, ớt đỏ và bí ngô vào.
d) Cho chảo trở lại lò nướng trong 3-5 phút hoặc cho đến khi rau mềm và hơi ngả sang màu nâu.
e) Nhấc chảo ra khỏi bếp và rắc giấm balsamic và mật ong lên trên.
f) Rắc hạt bí ngô lên trên và dùng kèm với đĩa rau bina lá non.

6. Hỗn hợp ăn nhẹ thu hoạch mùa thu

THÀNH PHẦN:
- 6 cốc bỏng ngô
- 1 cốc quả nam việt quất khô
- 1 chén hạt bí ngô rang
- 1 cốc kẹo ngô
- ½ chén đậu phộng rang mật ong

HƯỚNG DẪN:
a) Trong một tô lớn, trộn tất cả nguyên liệu lại với nhau cho đến khi hòa quyện.
b) Dùng ngay hoặc bảo quản trong hộp kín.

7.Hỗn hợp ăn nhẹ Halloween

THÀNH PHẦN:
- 6 cốc bỏng ngô
- 1 cốc kẹo ngô
- 1 cốc bánh quy phủ sô-cô-la
- 1 cốc Reese's Pieces nhỏ
- ½ chén hạt bí ngô

HƯỚNG DẪN:
a) Trong một tô lớn, trộn tất cả nguyên liệu lại với nhau cho đến khi hòa quyện.
b) Dùng ngay hoặc bảo quản trong hộp kín.

8.Hỗn hợp bỏng ngô Berry

THÀNH PHẦN:
- 1 cốc bỏng ngô
- ¼ chén đậu phộng rang
- ¼ cốc hạnh nhân rang
- ¼ chén hạt bí ngô
- ¼ cốc quả việt quất khô, không thêm đường
- 2 muỗng canh sô-cô-la đen (tùy chọn)
- nhúm quế (tùy chọn)
- chút muối

HƯỚNG DẪN:
a) Trộn tất cả các nguyên liệu lại với nhau, điều chỉnh quế và muối cho vừa ăn nếu muốn.
b) Lưu trữ trong hộp kín.
c) Kéo dài đến 2 tuần trong phòng đựng thức ăn.

9. Hỗn hợp đường mòn Ashwagandha

THÀNH PHẦN:
- 1 muỗng canh dầu dừa
- 1 thìa cà phê bột thì là
- 1 thìa cà phê bột bạch đậu khấu
- 1 cốc nho khô vàng
- 1 cốc hạt bí ngô
- 1 muỗng canh hạt vừng
- 1 thìa cà phê bột ashwagandha

HƯỚNG DẪN:
a) Trong chảo nhỏ, đun nóng dầu dừa trên lửa vừa cao. Sau khi dầu hóa lỏng, thêm thì là và bạch đậu khấu. Đun nóng dầu và gia vị trong 1 phút hoặc cho đến khi chúng có mùi thơm. Thêm nho khô, hạt bí ngô và hạt vừng vào chảo rồi khuấy đều để dầu và thảo mộc phủ đều.

b) Thỉnh thoảng khuấy trong 3–5 phút hoặc cho đến khi hạt bắt đầu chuyển sang màu nâu, sau đó tắt bếp và cho ashwagandha vào khuấy đều.

c) Chuyển sang giấy da và trải đều để nguội. Ăn khi còn ấm để có thêm tác dụng bổ dưỡng.

10.Đường quế Tostada Sundaes

THÀNH PHẦN:
ĐỐI VỚI MÓN BÊN NGON SPICY nutTY Crunch:
- ½ chén đường cát
- ½ muỗng cà phê muối kosher
- 1 thìa cà phê ớt bột
- ½ thìa cà phê ớt cayenne
- ½ muỗng cà phê quế
- 1 lòng trắng trứng
- 1 chén hạnh nhân sống
- 1 chén pepitas sống (hạt bí ngô)

ĐỐI VỚI TOSTADAS:
- 5 thìa đường cát
- 2 thìa cà phê quế
- Dầu thực vật để chiên
- 4 bánh ngô hoặc bột mì (chúng tôi dùng Mi Rancho)

ĐỐI VỚI MẶT NẠ:
- Kem vani
- Dulce de leche hoặc sô cô la kẹo mềm
- Kem đánh
- Anh đào Maraschino

HƯỚNG DẪN:
ĐỐI VỚI MÓN GIẢI NHÓM cay:
a) Làm nóng lò ở nhiệt độ 300 độ F.
b) Trong một bát nhỏ, trộn đường, muối, bột ớt, ớt cayenne và quế.
c) Trong một tô vừa, đánh lòng trắng trứng cho đến khi sủi bọt, sau đó nhẹ nhàng cho hạnh nhân và pepitas vào để phủ chúng.
d) Rắc hỗn hợp gia vị lên các loại hạt và trộn đều.
e) Chuyển các loại hạt đã tráng vào khay nướng có lót giấy da, trải chúng thành một lớp.
f) Nướng các loại hạt cho đến khi chín vàng, đảo nửa chừng, quá trình này sẽ mất khoảng 40 đến 50 phút.
g) Để các loại hạt nguội hoàn toàn, sau đó cắt nhỏ ⅓ cốc và đặt chúng sang một bên. Bạn sẽ có thêm các loại hạt tẩm gia vị mà bạn có thể bảo quản trong hộp kín như một món ăn nhẹ để dùng sau.

ĐỐI VỚI TOSTADAS:
h) Kết hợp đường cát và quế vào một cái bát rộng và nông.
i) Đổ đủ dầu thực vật vào chảo có đáy dày (như chảo gang) để ngập 1/3 bề mặt chảo.

j) Đun nóng dầu trên lửa vừa cho đến khi dầu sủi bọt và bắt đầu sủi bọt.
k) Cẩn thận đặt từng bánh tortilla vào dầu nóng và chiên mỗi mặt trong 50 đến 70 giây hoặc cho đến khi chúng có màu nâu vàng và giòn cả hai mặt.
l) Chuyển từng tostada vào hỗn hợp đường quế và phủ đều chúng. Đặt bánh mì nướng phủ đường quế vào đĩa phục vụ và lặp lại với những chiếc bánh ngô còn lại.

ĐỂ LẮP RÁP SUNDAES:
m) Phủ một muỗng kem vani lên trên bánh mì nướng phủ đường quế.
n) Rắc dulce de leche hoặc sô cô la fudge.
o) Kết thúc bằng cách thêm một ít hạt dẻ cay xắt nhỏ và bất kỳ lớp phủ nào khác mà bạn muốn.

11. Parfait sống với sữa Spirulina

THÀNH PHẦN:
KHÔ
- ½ chén yến mạch
- 1 muỗng canh táo, khô
- 1 muỗng canh hạnh nhân, được kích hoạt
- 1 muỗng canh cacao ngòi ngọt
- 1 muỗng canh quả mơ, sấy khô, thái nhỏ
- ½ muỗng cà phê bột vani
- 1 thìa bột maca

CHẤT LỎNG
- 1 cốc, sữa hạt điều
- 1 muỗng canh bột Spirulina
- 2 muỗng canh hạt bí ngô, xay

HƯỚNG DẪN:
a) Trong một cái lọ thủy tinh, thêm và xếp lớp yến mạch, táo, hạnh nhân, quả mơ và phủ ngòi cacao lên trên.
b) Sau đó cho sữa hạt điều, tảo xoắn và hạt bí ngô vào máy xay và xay ở tốc độ cao trong một phút.
c) Đổ sữa thành phẩm lên trên các nguyên liệu khô và thưởng thức.

12.Bánh nướng xốp lanh cam việt quất

THÀNH PHẦN:

- 2 cốc Carbquik
- 2 muỗng Chocolate Designer Protein (tùy chọn)
- 1 chén bột lanh
- 1 cốc chất làm ngọt chịu nhiệt (ví dụ: ⅔ cốc Splenda, ⅓ cốc xylitol, 1 gói Stevia Plus)
- 1 gói thạch cam không đường
- 2 thìa cà phê bột nở
- ½ cốc bơ hoặc mỡ
- 1 cốc sữa
- 1 cốc xi-rô vani không đường
- 2 muỗng cà phê chiết xuất vani
- 4 quả trứng
- 1 cốc hạt bí ngô
- ½ gói quả nam việt quất

HƯỚNG DẪN:

a) Làm nóng lò nướng của bạn ở nhiệt độ 350 độ F (175 độ C).
b) Xịt 24 hộp bánh muffin bằng bình xịt chống dính có hương vị bơ.
c) Trong một tô trộn, trộn Carbquik, Chocolate Designer Protein (nếu sử dụng), bột lanh, chất làm ngọt chịu nhiệt (Splenda, xylitol, Stevia Plus), thạch cam không đường và bột nở. Trộn chúng.
d) Thêm bơ hoặc mỡ vào và trộn cho đến khi hỗn hợp hơi ẩm.
e) Khuấy sữa, xi-rô không đường, chiết xuất vani và trứng. Trộn cho đến khi kết hợp tốt.
f) Nhẹ nhàng gấp hạt bí ngô và quả nam việt quất vào.
g) Múc bột vào khuôn muffin đã chuẩn bị sẵn, chia cho 24 cốc.
h) Nướng trong lò làm nóng trước trong 25-30 phút hoặc cho đến khi bánh nướng xốp hoàn toàn và một cây tăm cắm vào giữa sẽ sạch sẽ.
i) Sau khi hoàn tất, lấy bánh nướng xốp ra khỏi lò và để chúng nguội trong khuôn làm bánh nướng xốp trong vài phút.
j) Chuyển bánh nướng xốp sang giá lưới để nguội hoàn toàn.
k) Hãy thưởng thức bánh nướng xốp Carbquik Cranberry Orange Flax tự làm của bạn!

13.Granola siêu dẻo Chai-Spice

THÀNH PHẦN:

- ¼ cốc bơ hạnh nhân (hoặc bất kỳ loại bơ hạt/hạt nào bạn chọn)
- ¼ cốc xi-rô cây phong
- 2 muỗng cà phê chiết xuất vani
- 5 muỗng cà phê quế xay
- 2-3 thìa cà phê gừng xay
- 1 thìa cà phê thảo quả xay
- 1 ½ chén yến mạch cán (đảm bảo không chứa gluten nếu cần)
- ½ chén quả óc chó hoặc quả hồ đào, xắt nhỏ
- ¾ chén dừa vụn không đường
- ¼ chén hạt bí ngô sống (pepitas)

HƯỚNG DẪN:

a) Làm nóng lò nướng của bạn ở nhiệt độ 325 độ F (160°C) và lót giấy nến vào khay nướng có kích thước tiêu chuẩn.

b) Trong một bát trộn vừa, kết hợp bơ hạnh nhân, xi-rô cây phong, chiết xuất vani, quế xay, gừng xay và bạch đậu khấu xay. Đánh đều cho đến khi hỗn hợp mịn.

c) Thêm yến mạch cán, quả óc chó cắt nhỏ hoặc quả hồ đào, dừa nạo không đường và hạt bí ngô sống vào bát cùng với hỗn hợp bơ hạnh nhân. Trộn kỹ để đảm bảo tất cả các nguyên liệu khô được phủ đều.

d) Chuyển hỗn hợp granola vào khay nướng đã chuẩn bị sẵn, dàn đều thành một lớp. Nếu bạn làm mẻ bánh lớn hơn, hãy sử dụng thêm khay nướng nếu cần.

e) Nướng trong lò làm nóng trước trong 20-25 phút. Hãy cảnh giác về cuối để tránh bị cháy. Granola đã sẵn sàng khi nó có mùi thơm và có màu sẫm.

f) Lưu ý: Nếu bạn thích món granola dai hơn, hãy tránh quăng nó trong khi nướng. Để có kết cấu vụn hơn, hãy khuấy hoặc đảo granola một chút ở giữa chừng để làm vỡ các cục vón cục.

g) Khi granola đã chuyển sang màu nâu và có mùi thơm rõ ràng, hãy lấy nó ra khỏi lò. Nhẹ nhàng ném granola để nhiệt dư thừa thoát ra ngoài. Để nguội hoàn toàn trên khay nướng hoặc trong tô chịu nhiệt.

h) Bảo quản món granola siêu dai có gia vị chai của bạn trong hộp kín ở nhiệt độ phòng trong tối đa 1 tháng hoặc trong tủ đông tối đa 3 tháng.

i) Thưởng thức granola riêng, với sữa, sữa chua hoặc rắc lên trên bột yến mạch để có bữa sáng hoặc bữa ăn nhẹ thú vị!

14.Bát bánh phô mai bí ngô

THÀNH PHẦN:

- Phô mai kem 4 ounce, làm mềm
- 1 cốc sữa chua Hy Lạp nguyên chất và nhiều hơn nữa để phủ lên trên
- 1 cốc bí ngô xay nhuyễn
- ¼ cốc xi-rô cây phong
- 1 muỗng cà phê chiết xuất vani
- 2 thìa cà phê quế xay
- 1 thìa cà phê gừng xay
- ½ muỗng cà phê hạt nhục đậu khấu
- Muối biển tốt
- 1 cốc ngũ cốc
- Hạt bí ngô nướng
- Hồ đào xắt nhỏ
- Hạt lựu
- Ngòi cacao

HƯỚNG DẪN:

a) Thêm phô mai kem, sữa chua, bí ngô xay nhuyễn, xi-rô cây thích, vani, gia vị và một chút muối vào tô của máy xay thực phẩm hoặc máy xay sinh tố và xay cho đến khi mịn và như kem. Chuyển sang tô, đậy nắp và để lạnh trong tủ lạnh ít nhất 4 giờ.

b) Để phục vụ, hãy chia granola vào các bát tráng miệng. Phủ hỗn hợp bí ngô lên trên, một ít sữa chua Hy Lạp, hạt bí ngô, quả hồ đào, hạt lựu và ngòi cacao.

c) Cho Farro, 1¼ cốc (295 ml) nước và một chút muối vào nồi vừa. Đun sôi, sau đó giảm nhiệt xuống thấp, đậy nắp và đun nhỏ lửa cho đến khi món farro mềm và nhai nhẹ, khoảng 30 phút.

d) Cho đường, 3 thìa canh (45 ml) nước còn lại, đậu vani, hạt và gừng vào nồi nhỏ trên lửa vừa cao. Đun sôi, khuấy đều cho đến khi đường tan. Tắt bếp và ngâm trong 20 phút. Trong khi đó, chuẩn bị trái cây.

e) Cắt bỏ phần đầu của quả bưởi. Đặt trên bề mặt làm việc bằng phẳng, cắt mặt xuống. Dùng dao sắc cắt bỏ phần vỏ và phần cùi trắng theo đường cong của quả từ trên xuống dưới. Cắt giữa các màng để loại bỏ các phần của quả. Lặp lại quá trình tương tự để gọt vỏ và phân đoạn quả cam máu.

f) Loại bỏ gừng và đậu vani khỏi xi-rô. Để phục vụ, chia farro cho các bát.

g) Xếp trái cây xung quanh mặt trên của bát, rắc hạt lựu, sau đó rưới xi-rô gừng-vani.

15.Bữa sáng khoai lang với sữa chua trà dâm bụt

THÀNH PHẦN:
- 2 củ khoai lang tím

ĐỐI VỚI Granola:
- 2 ½ chén yến mạch
- 2 thìa cà phê nghệ khô
- 1 thìa cà phê quế
- 1 muỗng canh vỏ cam quýt
- ¼ cốc mật ong
- ¼ chén dầu hướng dương
- ½ chén hạt bí ngô
- Một chút xíu muối

DÀNH CHO SỮA CHUA:
- 1 cốc sữa chua Hy Lạp nguyên chất
- 1 muỗng cà phê si-rô phong
- 1 túi trà dâm bụt
- hoa ăn được, để trang trí

HƯỚNG DẪN:
a) Làm nóng lò ở nhiệt độ 425 độ và dùng nĩa chọc đều khắp khoai tây.
b) Bọc khoai tây trong giấy thiếc và nướng trong 45 phút đến một giờ.
c) Di chuyển ra khỏi lò và để nguội.

ĐỐI VỚI Granola:
d) Hạ nhiệt độ lò xuống 250 độ và lót khay nướng bằng giấy da.
e) Kết hợp tất cả các thành phần granola trong một bát trộn và khuấy cho đến khi mọi thứ được phủ mật ong và dầu.
f) Chuyển sang khay nướng đã lót giấy nến và trải đều nhất có thể.
g) Nướng trong 45 phút, khuấy đều 15 phút một lần hoặc cho đến khi granola chuyển sang màu nâu.
h) Di chuyển ra khỏi lò và để nguội.

DÀNH CHO SỮA CHUA:
i) Pha trà dâm bụt theo hướng dẫn trên túi trà và để nguội.
j) Khi ở nhiệt độ phòng, đánh xi-rô cây thích và trà vào sữa chua cho đến khi đạt được kết cấu mịn và dạng kem với màu hơi hồng.

ĐỂ LẮP RÁP:
k) Cắt đôi khoai tây và rắc granola, sữa chua có hương vị và hoa ăn được lên trên để trang trí.

16. Bát ăn sáng Quinoa dừa

THÀNH PHẦN:
- 1 muỗng canh dầu dừa
- 1½ cốc quinoa đỏ hoặc đen, rửa sạch
- Lon nước cốt dừa nhẹ không đường 14 ounce và nhiều hơn nữa để phục vụ
- 4 cốc nước
- Muối biển tốt
- muỗng canh mật ong, cây thùa hoặc xi-rô cây phong
- 2 muỗng cà phê chiết xuất vani
- Sữa chua dừa
- Quả việt quất
- quả Goji
- Hạt bí ngô nướng
- Dừa nướng không đường

HƯỚNG DẪN:
a) Đun nóng dầu trong chảo trên lửa vừa. Thêm quinoa và bánh mì nướng vào khoảng 2 phút, khuấy thường xuyên. Từ từ khuấy đều lon nước cốt dừa, nước và một chút muối. Lúc đầu, hạt quinoa sẽ sủi bọt và sủi bọt nhưng sẽ nhanh chóng lắng xuống.

b) Đun sôi, sau đó đậy nắp, giảm nhiệt xuống thấp và đun nhỏ lửa cho đến khi đạt độ mềm như kem, khoảng 20 phút. Tắt bếp và khuấy đều mật ong, cây thùa, xi-rô cây thích và vani.

c) Để phục vụ, chia quinoa vào các bát. Đổ thêm nước cốt dừa, sữa chua dừa, quả việt quất, quả goji, hạt bí ngô và dừa vụn lên trên.

17.Bí ngô Lamington

THÀNH PHẦN:
Mứt BÍ ĐỎ:
- 2 chén bột mì đa dụng
- 2 thìa cà phê bột nở
- 1 muỗng cà phê quế xay
- ½ muỗng cà phê gừng xay
- ½ muỗng cà phê hạt nhục đậu khấu
- ¼ thìa cà phê hạt tiêu xay
- ¼ thìa cà phê bạch đậu khấu xay
- 1½ chén đường cát
- 1½ cốc bí ngô xay nhuyễn đóng hộp
- ½ chén dầu thực vật có vị trung tính (cải dầu hoặc hướng dương)
- 4 lòng đỏ trứng (nhiệt độ phòng)
- 4 lòng trắng trứng (nhiệt độ phòng)

ĐỔ ĐẦY:
- 1 cốc kem phô mai (nhiệt độ phòng)
- 2 thìa kem tươi
- 2 muỗng canh đường bột

LỚP ÁO:
- ⅔ cốc bí ngô xay nhuyễn đóng hộp
- ¼ cốc kem tươi
- ½ muỗng cà phê hạt nhục đậu khấu
- ½ muỗng cà phê quế xay
- 1 thìa cà phê muối mịn
- 1½ cốc sôcôla couverture trắng cắt nhỏ
- 1½ chén hạt bí ngô xay
- ¾ cốc dừa nạo không đường

HƯỚNG DẪN:
Mứt BÍ ĐỎ:
a) Làm nóng lò ở nhiệt độ 325°F và đặt giá nướng ở giữa. Lót giấy da vào khuôn bánh 9" x 13" ở đáy và các mặt.
b) Rây bột mì, bột nở và gia vị vào tô vừa.
c) Trong một tô trộn khác, trộn đều đường, bí ngô xay nhuyễn, dầu và lòng đỏ trứng. Trộn hỗn hợp bột đã rây bằng thìa cho đến khi vừa kết hợp. Tránh trộn quá nhiều.
d) Trong tô sạch của máy trộn đứng hoặc sử dụng máy trộn điện cầm tay, đánh lòng trắng trứng ở tốc độ cao cho đến khi tạo thành chóp mềm, khoảng 4-5 phút.

e) Nhẹ nhàng trộn 1/3 lòng trắng trứng đã đánh bông vào hỗn hợp bột ướt cho đến khi hòa quyện. Sau đó, gấp nhẹ phần meringue còn lại vào.
f) Đổ bột vào chảo đã chuẩn bị sẵn và nướng trong 30-40 phút, xoay chảo nửa chừng trong khi nướng. Bánh được làm xong khi que thử bánh được đưa vào giữa và thấy bánh sạch. Để nguội trước khi đổ đầy.

ĐỔ ĐẦY:
g) Trộn tất cả các nguyên liệu làm nhân bằng tay trong một tô vừa cho đến khi hòa quyện.

LỚP ÁO:
h) Trong một cái chảo nhỏ, trộn bí ngô xay nhuyễn, kem, gia vị và muối. Nấu trên lửa vừa, khuấy liên tục cho đến khi sôi.
i) Đặt sô cô la trắng vào tô chịu nhiệt. Đổ hỗn hợp bí ngô nóng lên sô cô la. Để yên trong 1-2 phút, sau đó khuấy đều cho đến khi ganache mịn.
j) Trong một bát riêng, trộn hạt bí ngô xay và dừa vụn.

CUỘC HỌP:
k) Cắt bánh nguội làm đôi theo chiều ngang. Trải đều kem phô mai lên một nửa và đặt nửa còn lại lên trên để tạo thành bánh sandwich. Để bánh khoảng 20 phút cho cứng lại.
l) Sau khi đã chắc chắn, hãy cắt bớt các cạnh nếu cần và cắt bánh thành hình vuông 1,5".
m) Quét ganache ấm lên từng ô vuông bánh, sau đó phủ chúng vào hỗn hợp hạt bí và dừa.
n) Bảo quản bánh đã lắp ráp trong tủ lạnh tối đa 2 ngày hoặc đông lạnh tối đa một tuần. Thưởng thức Lamingtons bí ngô của bạn!

18.rau bina dâu với sốt Margarita

THÀNH PHẦN:
ĐỐI VỚI TRANG PHỤC:
- 3 thìa nước cốt chanh
- 1- ½ muỗng canh mật hoa thùa
- ½-1 muỗng canh rượu Tequila
- ¼ chén dầu ô liu nguyên chất
- Một nhúm muối biển

CHO MÓN SALAD:
- 4-6 củ cải bó xôi non
- 1 cốc dâu tây thái hạt lựu
- 1 cốc xoài thái hạt lựu
- 1 quả bơ, thái hạt lựu
- ¼ củ hành đỏ, thái lát
- 3-4 thìa canh hạt bí ngô nướng

HƯỚNG DẪN:
ĐỐI VỚI TRANG PHỤC:
a) Trong một cái lọ thủy tinh, thêm các nguyên liệu làm nước sốt. Đóng chặt nắp và lắc đều. Nếm thử và điều chỉnh gia vị cho vừa miệng. Thêm nước cốt chanh hoặc cây thùa nếu cần.

CHO MÓN SALAD:
b) Cho rau bina non vào tô hoặc đĩa phục vụ. Xếp rau bina với dâu tây thái hạt lựu, xoài, bơ, hành tím và hạt bí ngô lên trên.

c) Ăn ngay với nước sốt.

HẠT GIỐNG HOA HƯỚNG DƯƠNG

19.Hỗn hợp đồ ăn nhẹ dã ngoại mùa hè

THÀNH PHẦN:
- 6 cốc bỏng ngô
- 1 cốc quả anh đào khô
- 1 cốc bánh quy phủ sô-cô-la trắng
- 1 chén hạt hướng dương
- ½ chén bánh quy graham

HƯỚNG DẪN:
a) Trong một tô lớn, trộn tất cả nguyên liệu lại với nhau cho đến khi hòa quyện.
b) Dùng ngay hoặc bảo quản trong hộp kín.

20. Hỗn hợp thịt nướng

THÀNH PHẦN:

- ½ chén hạt ngô
- 1 cốc Cheerios
- 1 cốc lúa mì vụn cỡ thìa
- 1 cốc ngô Chex hoặc cám ngô
- 1 cốc bánh quy xoắn
- ½ chén đậu phộng rang khô
- ½ chén hạt hướng dương
- 1 muỗng canh bơ hoặc bơ thực vật
- 1 thìa cà phê ớt xay
- 1 thìa cà phê ớt bột
- 1 thìa cà phê lá oregano xay
- 1 cốc vừng
- 1 muỗng canh sốt Worcestershire
- 1 muỗng cà phê sốt Tabasco

HƯỚNG DẪN:

a) Làm nóng lò nướng ở nhiệt độ 350 độ.
b) Trong một tô trộn lớn, trộn ngũ cốc, bánh quy xoắn, hạnh nhân và các loại hạt.
c) Trong một đĩa nhỏ, trộn bơ, Worcestershire, bột ớt, lá oregano, ớt bột và Tabasco.
d) Khuấy đều nước sốt vào hỗn hợp ngũ cốc.
e) Trải trên chảo vỉ và nấu trong 15 phút, khuấy hai lần. Để nguội.
f) Kết hợp với hạt ngô và vừng và thưởng thức.

21. Hỗn hợp trái cây sấy khô và hạt

THÀNH PHẦN:
- ½ cốc dừa nạo không đường
- ½ chén hạt điều rang không muối
- ½ chén hạnh nhân thái lát
- ½ cốc sô-cô-la bán ngọt thuần chay
- ½ cốc quả nam việt quất khô có đường
- 1/3 chén dứa khô xắt nhỏ
- 1/4 chén hạt hướng dương rang không muối

HƯỚNG DẪN:

a) Trong chảo nhỏ, nướng dừa trên lửa vừa, khuấy đều cho đến khi có màu nâu nhạt, từ 2 đến 3 phút. Đặt sang một bên để nguội.

b) Trong một tô lớn, trộn hạt điều, hạnh nhân, sô cô la chip, quả nam việt quất, dứa và hạt hướng dương. Khuấy dừa nướng.

c) Làm nguội hoàn toàn trước khi phục vụ. Món này ngon nhất khi được phục vụ trong cùng ngày làm món.

22. Bánh mì nguyên hạt hạt hướng dương

THÀNH PHẦN:
- 3 chén bột mì nguyên hạt
- 1 muỗng canh men khô hoạt tính
- 2 thìa mật ong
- 1 thìa cà phê muối
- 1 ¼ cốc nước ấm
- ½ chén hạt hướng dương

HƯỚNG DẪN:
a) Trong một tô trộn lớn, trộn bột mì, men, mật ong, muối và hạt hướng dương.
b) Từ từ thêm nước ấm vào nguyên liệu khô và trộn cho đến khi tạo thành bột.
c) Nhào bột trong 10 phút cho đến khi bột mịn và đàn hồi.
d) Chia bột thành 8 phần bằng nhau và nặn từng phần thành một quả bóng.
e) Đậy các viên bột bằng một miếng vải ẩm và để chúng nghỉ trong 10 phút.
f) Làm nóng lò ở nhiệt độ 425°F (218°C).
g) Đun sôi một nồi nước và giảm lửa cho sôi liu riu.
h) Dùng ngón tay chọc một lỗ ở giữa từng viên bột và kéo căng bột để tạo thành hình bánh mì tròn.
i) Luộc bánh mì tròn trong 1-2 phút mỗi mặt.
j) Đặt bánh mì tròn lên khay nướng có lót giấy da và nướng trong 20-25 phút hoặc cho đến khi có màu vàng nâu.

23. Củ cải đường với cam Gremolata

THÀNH PHẦN:

- 3 củ cải vàng , cắt nhỏ
- 2 thìa nước cốt chanh
- 1 thìa cà phê vỏ cam
- 2 muỗng canh hạt hướng dương
- 1 muỗng canh mùi tây băm nhỏ
- 3 thìa phô mai dê
- 1 thìa canh tuổi băm nhỏ
- 2 thìa nước cam
- 1 tép tỏi, băm nhỏ

HƯỚNG DẪN:

a) Làm nóng nồi chiên không dầu ở nhiệt độ 400 . Gấp giấy bạc nặng xung quanh củ cải và đặt chúng lên khay trong giỏ nồi chiên không khí.

b) Nấu cho đến khi mềm, 50 phút . Gọt vỏ lươn , cắt đôi và cắt củ cải ; đặt vào một cái bát.

c) Thêm nước cốt chanh, nước cam và muối .

d) Rắc rau mùi tây, cây xô thơm, tỏi và vỏ cam, phủ phô mai dê và hạt hướng dương lên trên.

24. Salad bông cải xanh với bơ

THÀNH PHẦN:
- 1 chén bông cải xanh
- 1 muỗng canh hạt hướng dương muối
- ¼ quả bơ, cắt thành từng miếng
- 2 muỗng canh dầu giấm tự làm
- 2 muỗng canh sốt chanh
- ½ cốc kim cải bắp

HƯỚNG DẪN:

a) Cho rau xanh với kim cải bắp, lát bơ và hạt hướng dương lên đĩa lớn.

b) Trộn với hummus và nước sốt, sau đó nêm hạt tiêu tươi.

25.Thanh hạt điều Ashwagandha

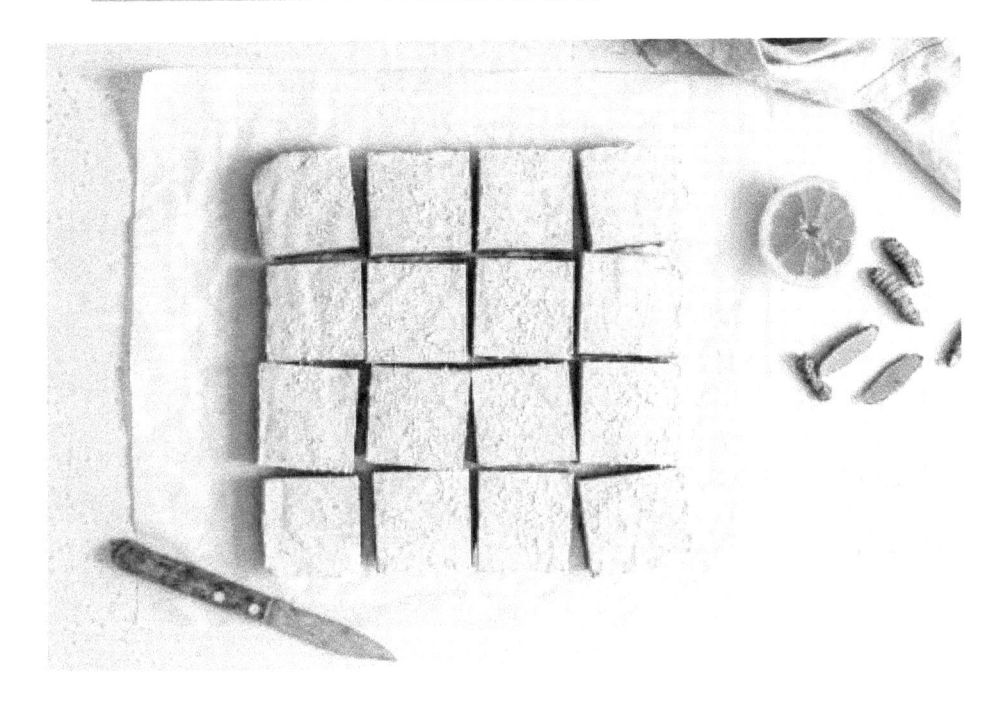

THÀNH PHẦN:
VỎ TRÁI ĐẤT
- ¾ chén dừa vụn
- 1 ¾ chén hạt hướng dương đã hoạt hóa, ngâm
- ⅓ cốc chà là Medjool đọ sức
- 1 thìa cà phê quế Ceylon
- ½ muỗng cà phê muối biển
- 2 muỗng canh dầu dừa ép lạnh

ĐỔ ĐẦY
- 2 chén hạt điều thô, ngâm qua đêm
- 1 chén dừa vụn
- 1 cốc kefir dừa
- ⅓ cốc xi-rô phong, tùy theo khẩu vị
- ¼ thìa cà phê đậu vani
- 2 thìa nước cốt chanh tươi
- 1 thìa cà phê vỏ chanh
- 2 thìa bột Ashwagandha
- ½ muỗng cà phê muối biển
- ½ muỗng cà phê bột nghệ
- ¼ thìa cà phê tiêu đen
- ¼ chén dầu dừa

HƯỚNG DẪN:
VỎ TRÁI ĐẤT

a) Trong một cái chảo, làm tan chảy tất cả dầu dừa.
b) Cho dừa vụn, hạt hướng dương, chà là Medjool, quế và muối biển vào máy xay thực phẩm. Trộn hỗn hợp cho đến khi nó tạo thành một khối mịn.
c) Rưới từ từ với 2 thìa dầu dừa ấm. Xung các thành phần một lần nữa.
d) Đổ hỗn hợp vỏ bánh vào khuôn bánh hạnh nhân đã lót giấy rồi ấn chặt và đều để tạo thành vỏ bánh.
e) Đặt nó trong tủ đông.

ĐỔ ĐẦY

f) Trong máy xay thực phẩm, trộn hạt điều, dừa nạo, kefir, xi-rô cây phong, đậu vani, nước cốt chanh, vỏ chanh, bột Ashwagandha,

muối biển, nghệ và hạt tiêu đen cho đến khi tạo thành một khối mịn.
g) Từ từ khuấy đều dầu dừa/bơ đã tan chảy.
h) Dùng thìa cạo phần nhân sữa vàng lên trên lớp vỏ và trải đều.
i) Đặt khuôn vào tủ lạnh qua đêm cho cứng lại.
j) Lấy món ăn ra khỏi tủ lạnh/tủ đông khi sẵn sàng phục vụ.
k) Đặt khối lên thớt lớn và rã đông trong 10 đến 15 phút nếu cần.
l) Cắt nó thành 16 ô vuông đều nhau.
m) Ăn ngay với dừa nạo ở trên!

26.Bánh phô mai Amaretto

THÀNH PHẦN:
- ⅓ chén hạt hướng dương, xay mịn
- 8 ounce phô mai kem
- 1 quả trứng
- ⅓ cốc dừa nạo không đường
- 2 thìa mật ong
- 2 muỗng canh rượu mùi Amaretto

HƯỚNG DẪN:
a) Lót giấy lót vào các cốc của hai khuôn bánh muffin.
b) Kết hợp hạt hướng dương và dừa.
c) Đặt 1 muỗng cà phê hỗn hợp này vào mỗi lớp lót.
d) Dùng mặt sau của thìa ấn xuống để che phần đáy.
e) Làm nóng lò ở nhiệt độ 325F.
f) Để làm nhân, hãy cắt phô mai kem thành 8 khối và trộn với trứng, mật ong và Amaretto trong máy xay thực phẩm, máy xay sinh tố hoặc bát cho đến khi mịn và như kem.
g) Đặt một thìa nhân vào mỗi cốc bánh tartlet và nướng trong 15 phút

HẠT MÈ

27. Salad rong biển Bắc Kinh

THÀNH PHẦN:
- 200g rong biển ngâm 24h
- ¼ Dưa chuột cắt đôi, bỏ hạt và cắt thành lát
- 8 củ cải đỏ, thái lát
- 75 gram củ cải, thái lát mỏng
- 1 quả bí nhỏ, thái lát mỏng
- 50 gram măng đậu
- 20 gram gừng hồng
- Lựa chọn các món salad
- Hạt mè đen
- 3 thìa nước cốt chanh
- 1 muỗng canh bạc hà, mới cắt nhỏ
- 2 muỗng canh rau mùi, xắt nhỏ
- 1 nhúm ớt khô
- 2 muỗng canh nước tương nhạt
- 2 thìa đường
- 6 muỗng canh Dầu thực vật
- 1 củ gừng nhỏ, bào sợi

HƯỚNG DẪN:

a) Trộn tất cả nguyên liệu làm nước sốt và để trong 20 phút rồi lọc và đặt sang một bên.

b) Cho rong biển đã ngâm cùng các nguyên liệu còn lại vào tô.

c) Đổ nước sốt đã lọc lên trên và để ướp trong một giờ. Thêm lá salad vào món salad, điều chỉnh gia vị và thưởng thức.

28. Sandwich táo với quả Goji

THÀNH PHẦN:
SỐT MÈ:
- ½ chén hạt vừng
- 1-2 muỗng canh dầu bạn chọn
- 1 muỗng canh dừa nạo sấy
- 1 muỗng canh dầu dừa

PHỦ BÊN TRÊN THỨC ĂN:
- 2 muỗng canh quả goji

HƯỚNG DẪN:
a) Làm mềm dầu dừa.
b) Trộn hạt vừng trong máy xay cho đến khi chúng được nghiền mịn, thêm 1 đến 2 muỗng canh dầu và trộn lại cho đến khi bạn có được hỗn hợp sệt mịn.
c) Trộn mè với dừa nạo và dầu dừa.
d) Cắt táo thành lát và phết chúng với tahini. Top với quả goji.

29.Bánh nướng xốp Matcha Mochi

THÀNH PHẦN:
- 1 que (½ cốc) bơ không muối
- 1 ½ cốc nước cốt dừa đầy đủ chất béo (từ lon)
- 1 lon (1 ¼ cốc) sữa đặc có đường
- 3 quả trứng (nhiệt độ phòng)
- 2 thìa bột trà xanh matcha
- 1 pound mochiko (bột nếp hoặc bột gạo ngọt)
- 1 muỗng canh bột nở
- ½ cốc sữa (nhiệt độ phòng)
- Một nhúm muối
- 2 muỗng canh hạt vừng đen

HƯỚNG DẪN:

a) Đun chảy bơ rồi trộn với nước cốt dừa và sữa đặc trong tô máy trộn đứng.
b) Thêm từng quả trứng vào trong khi đánh ở tốc độ trung bình.
c) Thêm bột nở, bột mochiko và matcha. Tiếp tục trộn.
d) Thêm sữa và trộn cho đến khi bột mịn, giống như bột làm bánh pancake—không quá lỏng cũng không quá đặc.
e) Để bột nghỉ 20 phút.
f) Làm nóng lò ở nhiệt độ 350°F (180°C). Bơ và phủ bột thật kỹ vào khuôn bánh muffin (hoặc sử dụng từng chiếc ramekins an toàn cho lò nướng) và đổ đầy bột vào. Tránh dùng cốc giấy muffin để tạo lớp vỏ giòn bên ngoài; chúng có thể dính vào bánh nướng xốp.
g) Rắc bột với hạt vừng.
h) Nướng trong 45 phút đến 1 giờ cho đến khi vàng.
i) Thưởng thức bánh nướng xốp Matcha Mochi còn ấm hoặc để nguội trước khi dùng!

30.Mè & Macadamia Bánh trung thu da tuyết

THÀNH PHẦN:
DA TUYẾT:
- 40g (⅓ cốc) bột nếp
- 40g (⅓ cốc) bột gạo
- 20g (1 ½ thìa canh) tinh bột ngô
- 50g (½ cốc) đường bột
- 130g (½ cốc + 2 thìa canh) sữa
- 20g (1 muỗng canh) sữa đặc có đường
- 30g (2 thìa canh) bơ nhạt, đun chảy
- Chút muối
- Màu thực phẩm tự nhiên cho da tuyết: Bột tảo xoắn xanh, nước ép củ cải tươi, bột Matcha

BỘT GẠO NÚT NẤU:
- 40g (⅓ cốc) bột nếp

ĐỔ ĐẦY:
- 160g (1 ⅓ cốc) hạt vừng trắng rang
- 25g (2 thìa canh) đường cát trắng
- 15g (1 thìa canh) bơ nhạt
- 40g (2 thìa canh) mật ong
- Chút muối
- 20g (2 thìa canh) bột nếp nấu chín
- 80g (½ cốc) hạt mắc ca rang cắt nhỏ

HƯỚNG DẪN:
DA TUYẾT:
a) Đổ đầy nước vào nồi hấp và đun sôi ở nhiệt độ cao.
b) Trong tô, trộn bột gạo nếp, bột gạo, bột bắp, đường bột, muối, sữa, bơ không muối tan chảy và sữa đặc có đường cho đến khi mịn.
c) Đổ bột qua rây và chuyển vào tô chịu được hơi nước.
d) Hấp bột da tuyết trong nồi đã chuẩn bị ở lửa vừa trong 20 phút. Đặt sang một bên để nguội.

BỘT GẠO NÚT NẤU:
e) Nấu bột gạo nếp trên lửa vừa cho đến khi có màu hơi vàng. Đặt sang một bên để nguội.

ĐỔ ĐẦY:
f) Trộn hạt vừng trắng đã rang cho đến khi tạo thành hỗn hợp sệt.

g) Thêm các nguyên liệu làm nhân còn lại (trừ hạt mắc ca) và trộn cho đến khi hòa quyện.
h) Chuyển nhân vào tô, cho hạt macadamia cắt nhỏ vào và chia thành từng viên 25g. Làm lạnh trong tủ lạnh ít nhất 3 giờ.
i) Nhào da tuyết đã nguội trên một miếng màng bọc thực phẩm cho đến khi mịn và đồng đều.
j) Chia phần và tô màu da tuyết bằng màu thực phẩm. Bọc chặt và để trong tủ lạnh ít nhất 3 giờ.

CUỘC HỌP:
k) Da tuyết cứng được vo lại với nhau thành từng phần 25g để tạo thành một quả bóng. Rắc bột gạo nếp đã nấu chín.
l) Bọc nhân trong một miếng da tuyết dẹt, gói kín hoàn toàn và tạo hình bằng cách sử dụng bột gạo nếp nấu chín ở mức tối thiểu.
m) Rắc nhẹ bột gạo nếp đã nấu chín lên bánh trung thu chưa ép, dùng lòng bàn tay tạo hình và ấn mạnh vào tem khuôn bánh trung thu. Phát hành để lộ thành phẩm.
n) Thư giãn trong vài giờ trước khi tiêu thụ. Thưởng thức!

HẠT DƯA

31.Salad quả óc chó lê

THÀNH PHẦN:
CHO MÓN SALAD:
- 3 chén Salad rau xanh (arugula, rau diếp, v.v.)
- 2 quả lê, thái lát
- 1 củ hành đỏ nhỏ, thái lát
- 1 cốc quả óc chó, cắt nhỏ
- ½ chén hạt dưa

ĐỂ LÀM MÓN SALAD:
- 1 muỗng canh mù tạt nguyên hạt
- 3 muỗng canh dầu ô liu
- 2 muỗng canh giấm
- 2 thìa mật ong
- ½ thìa cà phê ớt cayenne
- Muối để nếm

HƯỚNG DẪN:
CHUẨN BỊ SỐP SALAD:
a) Trong máy xay sinh tố, kết hợp mù tạt nguyên hạt, dầu ô liu, giấm, mật ong, ớt cayenne và muối.
b) Trộn khoảng một phút cho đến khi nước sốt nhũ hóa và trở thành kem.

TỔNG HỢP SALAD:
c) Trong một tô lớn, trộn các loại rau xà lách (chẳng hạn như rau arugula hoặc rau diếp), lê thái lát, hành tây đỏ thái lát, quả óc chó cắt nhỏ và hạt dưa.
d) Thêm 3-4 thìa nước sốt salad đã chuẩn bị vào nguyên liệu salad.
e) Trộn đều cho đến khi mọi thứ được phủ đều bằng nước sốt.
f) Phục vụ Salad quả óc chó lê ngay lập tức khi nó còn tươi và giòn.

32. Bánh trung thu cà phê sô cô la đen

THÀNH PHẦN:
- 113g bột mì đa dụng
- 18g bột cacao đen
- 85g si-rô vàng
- 25g dầu ngô
- ½ muỗng cà phê nước kiềm

ĐỔ ĐẦY:
- Cà phê sen dán
- Hạt dưa rang (mỗi loại 12 x 25g)

HƯỚNG DẪN:

CHUẨN BỊ BỘT:
a) Trộn tất cả các thành phần để tạo thành bột.
b) Bột nghỉ 30 phút rồi chia làm 12 phần.

CUỘC HỌP:
c) Làm phẳng từng phần bột.
d) Quấn từng phần xung quanh nhân cà phê sen và hạt dưa rang (mỗi phần 25g).
e) Nhấn khối bột đã đổ đầy vào khuôn bánh trung thu và lấy khuôn ra khay nướng đã lót sẵn giấy nến.

NƯỚNG:
f) Nướng trong lò làm nóng trước ở 160°C trong 10 phút.
g) Lấy ra khỏi lò và để nguội trong 10 phút.
h) Đặt lại vào lò và nướng thêm 10-15 phút nữa.
i) Sau khi nướng, để bánh trung thu nguội hoàn toàn trước khi dùng.

33.Bánh trung thu hoa sen xanh

THÀNH PHẦN:
BÁNH TRUNG THU SEN:
- 100g bột nếp
- 100g đường bột
- 2 muỗng canh rút ngắn
- 150ml nước sen xanh hoặc nước lá dứa
- Bột thêm để cán và làm khuôn bánh trung thu

DÁN HẠT SEN:
- 600g hạt sen bỏ vỏ, rửa sạch
- 1 muỗng canh nước kiềm
- 390g đường
- 300g dầu lạc
- 50g mạch nha
- 60g hạt dưa, rang cho đến khi vàng nâu
- Nước (đủ ngập hạt sen trong chậu)
- 60g hạt dưa

HƯỚNG DẪN:
ĐỐI VỚI DÁN HẠT SEN:
a) Đun sôi nước, cho nước kiềm và hạt sen vào. Đun sôi trong 10 phút. Bỏ nước sôi đi.
b) Loại bỏ vỏ khỏi hạt sen bằng cách chà xát chúng dưới vòi nước chảy. Loại bỏ các mẹo và thân cây.
c) Thêm nước vừa đủ ngập hạt sen và đun cho đến khi mềm. Nghiền nhuyễn hạt sen theo mẻ.
d) Tráng chảo với dầu lạc ở nhiệt độ thấp và thêm ¼ cốc đường. Xào cho đến khi đường tan và chuyển sang màu vàng.
e) Thêm hạt sen xay nhuyễn và lượng đường còn lại vào. Khuấy cho đến khi gần khô. Thêm dầu dần dần, khuấy cho đến khi bột đặc lại.
f) Thêm maltose và khuấy cho đến khi bột nhão rời khỏi thành chảo. Để nguội rồi cho hạt dưa rang vào.

ĐỐI VỚI BÁNH TRUNG THU:
g) Đổ bột gạo vào một thùng kim loại lớn, tạo một cái giếng rồi thêm đường bột và mỡ vào. Chà cho đến khi kết hợp.
h) Thêm nước sen xanh (hoặc lá dứa). Trộn nhẹ nhàng cho đến khi kết hợp; đừng làm việc quá sức.

i) Lấy một viên bột hạt sen, đục một lỗ ở giữa rồi nhét nhanh một quả trứng muối vào. Phủ bằng bột hạt sen.
j) Cán bánh trung thu thành khúc và cắt thành từng miếng bằng nhau. Tung ra từng miếng.
k) Đặt viên nhân hạt sen vào giữa, xoay miếng nhân sen theo một hướng và bánh ngọt theo hướng còn lại cho đến khi phủ kín.
l) Rắc nhẹ khuôn bánh trung thu và viên bánh trung thu rồi ấn vào khuôn.
m) Gõ nhẹ khuôn lên mặt phẳng cứng cho đến khi bánh trung thu ra.

34. Bánh trung thu cà phê trắng

THÀNH PHẦN:
DÀNH CHO DA:
- 200g Bột Ít Protein
- 25g (1 gói) Hỗn hợp cà phê trắng siêu 3 trong 1
- 160g Xi-rô vàng (70g Xi-rô vàng + 90g Xi-rô ngô)
- 42g Dầu Hạt Cải
- 4ml nước kiềm

ĐỐI VỚI ĐIỀN/DÁN:
- 1kg Bột sen đậu xanh (mua tại cửa hàng)
- 3 thìa hạt dưa
- Lòng Đỏ Trứng Muối (tuỳ thích)
- Nước rửa trứng (để phủ)

HƯỚNG DẪN:
CHUẨN BỊ BỘT:
a) Kết hợp tất cả các thành phần (A) và trộn để tạo thành một khối bột mịn.
b) Dùng màng bọc thực phẩm bọc lại và để trong tủ lạnh trong 2 ngày.

CHUẨN BỊ ĐIỀN/DÁN:
c) Trộn hạt dưa với bột sen (B) cho đến khi đều.
d) Chia nhân thành các phần khoảng 75-80g và vo thành những viên tròn. Để qua một bên.
e) Nếu sử dụng lòng đỏ trứng muối, hãy đặt một lòng đỏ vào giữa mỗi phần nhân sen.

CUỘC HỌP:
f) Phủi bột mì lên bàn làm việc.
g) Chia bột đã nguội thành các phần có trọng lượng 35g và vo thành những viên tròn.
h) Ấn dẹt từng viên bột và đặt một phần nhân vào giữa.
i) Bọc bột lên trên phần nhân và nặn thành một quả bóng tròn.
j) Rắc bột mì lên khuôn bánh trung thu vuông 6cmx6cmx3,5cmH rồi phủ bột mì lên khối bột đã bọc.
k) Ấn chặt quả bóng vào khuôn và nhẹ nhàng gõ/ấn nó ra khay có lót sẵn tấm lót nướng chống dính hoặc giấy nến.

NƯỚNG:
l) Xịt nhẹ nước lên bánh trung thu trước khi nướng.

m) Nướng trong lò làm nóng trước ở 175°C trong 10 phút.
n) Lấy khay nướng ra khỏi lò và để bánh trung thu nguội trong vòng 10-15 phút.
o) Thoa nước rửa trứng lên trên mỗi chiếc bánh trung thu.
p) Chuyển bánh trung thu trở lại lò nướng và nướng thêm 13-15 phút nữa cho đến khi bánh có màu vàng nâu.
q) Bảo quản bánh trung thu trong hộp kín tối thiểu 2 ngày để bánh (làm mềm) trước khi dùng.

35.Bánh trung thu da tuyết Kahlua

THÀNH PHẦN:
DÀNH CHO BỘT DA TUYẾT:
- 65g bột nếp nấu chín
- 17,5g tinh bột mì (Trộn với bột mì siêu mịn rồi hấp trong 3 phút. Để nguội rồi rây)
- 17,5g bột mì siêu mịn
- 60g đường bột
- 25g rút ngắn
- 65g nước nóng (Hòa tan hạt cà phê)
- 1,5 muỗng cà phê hạt cà phê (Để nguội)
- 2 muỗng cà phê rượu mùi Kahlua

ĐỔ ĐẦY:
- 250g bột sen (mua ở cửa hàng)
- Khuôn 50g thì bột là 25g
- 10g hạt dưa rang sơ, nhân cũng 25g

HƯỚNG DẪN:
ĐỐI VỚI BỘT DA TUYẾT:
a) Trộn bột nếp đã nấu chín, tinh bột mì và bột mì siêu mịn.
b) Hấp hỗn hợp trong 3 phút.
c) Để nguội và rây để đảm bảo kết cấu mịn.
d) Hòa tan hạt cà phê trong nước nóng và để nguội.

LÀM BỘT:
e) Trong một bát trộn, trộn hỗn hợp đã hấp, đường bột, hỗn hợp cà phê đã làm nguội, rút ngắn và rượu mùi Kahlua.
f) Trộn đều cho đến khi tạo thành một khối bột mềm và dẻo.
g) Chia bột thành từng phần 25g.

ĐỐI VỚI ĐIỀN:
h) Lấy 250g bột sen mua ở cửa hàng.
i) Chia bột sen thành từng phần 25g cho khuôn 50g.

LẮP RÁP BÁNH TRUNG THU:
j) Làm phẳng một phần bột.
k) Đặt một phần nhân sen (25g) vào giữa.
l) Thêm 10g hạt dưa rang sơ lên trên miếng sen.
m) Bọc phần nhân bằng bột da tuyết, đảm bảo nó được đậy kín.
n) Cán bột đã lắp ráp thành một quả bóng.
o) Lặp lại quy trình cho phần bột và nhân còn lại.
p) Đặt bánh trung thu đã làm xong vào tủ lạnh để làm lạnh ít nhất 2 giờ hoặc cho đến khi lớp vỏ tuyết đông lại.
q) Sau khi được làm lạnh, Bánh trung thu da tuyết Kahlua đã sẵn sàng được phục vụ.

HẠT CHIA

36. bánh quy tảo xoắn

THÀNH PHẦN:
- 1 thìa hạt Chia
- 100 g Bơ thuần chay
- 50g Đường Trắng
- 50g Đường Nâu
- 1 muỗng cà phê chiết xuất vani
- 100 g Bột mì không chứa gluten
- 10g bột ngô
- ½ muỗng cà phê Baking Soda
- 1,5 thìa bột Spirulina
- ¼ thìa cà phê muối
- 50 g Sôcôla trắng hoặc Hạt Macadamia

HƯỚNG DẪN:
a) Làm nóng lò ở nhiệt độ quạt 200°C / 350°F / 160°C.
b) Làm trứng chia bằng cách thêm hai thìa rưỡi nước nóng vào hạt chia, trộn đều và đặt sang một bên.
c) Đun chảy bơ trong chảo hoặc lò vi sóng. Thêm đường vào và đánh cho đến khi mịn.
d) Thêm trứng chia và vani vào bơ và đường rồi trộn đều.
e) Trong một tô trộn lớn, rây bột mì, bột ngô, baking soda, tảo xoắn và muối rồi trộn cho đến khi kết hợp.
f) Đổ hỗn hợp ướt vào và trộn đều.
g) Gấp khối sô cô la của bạn lại.
h) Tạo thành 8 quả bóng và đặt chúng lên khay nướng có lót giấy da. Để lại khoảng 4cm giữa mỗi quả bóng.
i) Nướng trong vòng 10 đến 12 phút cho đến khi các cạnh bắt đầu giòn.

37.Yến mạch qua đêm đậu bướm

THÀNH PHẦN:
YẾN MẠCH QUA ĐÊM
- ¼ chén yến mạch
- 1 cốc sữa tùy chọn
- 1 thìa hạt Chia
- 1 loại bột protein được lựa chọn
- 3 muỗng canh chất lỏng đậu bướm

TRÀ HOA ĐẬU BƯỚM
- 1 thìa hoa đậu biếc khô
- 6 cốc nước nóng

HƯỚNG DẪN:
a) Đầu tiên, hãy pha trà đậu biếc.
b) Đơn giản chỉ cần tìm một cái bình lớn, cho hoa đậu biếc khô vào đó và thêm nước nóng.
c) Để trà ngâm ít nhất một giờ trước khi sử dụng. Hãy thoải mái thêm chất ngọt vào nó nếu bạn muốn.
d) Lấy một cái lọ thủy tinh.
e) Cho tất cả nguyên liệu vào lọ, ngoại trừ trà đậu biếc và trộn đều.
f) Để yên trong một hoặc hai phút và chỉ cần rót trà vào bình. Nó sẽ lắng xuống phía dưới, tạo hiệu ứng phân lớp.
g) Đặt lọ vào tủ lạnh qua đêm.
h) Thêm toppings mong muốn và thưởng thức!

38. Bát sinh tố Matcha và đậu biếc

THÀNH PHẦN:
- 1 chén rau bina
- 1 quả chuối đông lạnh
- ½ cốc dứa
- ½ muỗng cà phê bột matcha chất lượng cao
- ½ muỗng cà phê chiết xuất vani
- ⅓ cốc sữa hạnh nhân không đường

PHỦ BÊN TRÊN THỨC ĂN
- cây bạc hà
- Quả kiwi
- Quả việt quất
- hạt chia
- Hoa đậu biếc khô

HƯỚNG DẪN:
a) Cho tất cả nguyên liệu sinh tố vào máy xay sinh tố.
b) Xung cho đến khi mịn và kem.
c) Đổ sinh tố vào tô.
d) Rắc topping lên và ăn ngay.

39. Bột hoàn toàn hạt đậu Glazed Bánh rán

THÀNH PHẦN:
BÁNH VÒNG :
- 1 quả chuối nghiền
- 1 chén nước sốt táo không đường
- 1 quả trứng hoặc 1 thìa hạt chia trộn với nước
- 50g dầu dừa đun chảy
- 4 muỗng canh mật ong hoặc xi-rô mật cây thùa
- 1 muỗng canh vani
- 1 thìa cà phê quế
- 150g bột kiều mạch
- 1 thìa cà phê bột nở

GLAZE BƯỚM:
- 1/2 chén hạt điều, ngâm trong 4 tiếng
- 1 cốc sữa hạnh nhân
- 40 bông trà đậu biếc
- 1 muỗng canh xi-rô mật cây thùa
- 1 muỗng canh tinh chất vani

HƯỚNG DẪN:
ĐỂ LÀM BÁNH RỪNG:
a) Trộn tất cả các thành phần khô.
b) Trộn tất cả các thành phần ướt.
c) Thêm phần ướt vào phần khô rồi chuyển vào khuôn bánh rán.
d) Nướng ở 160 độ trong 15 phút.

ĐỂ LÀM GLAZE:
e) Trộn hạt điều trong máy xay thực phẩm cho đến khi mịn.
f) Trong chảo, đun nóng sữa hạnh nhân và thêm trà. Đun nhỏ lửa ở nhiệt độ thấp trong 10 phút.
g) Thêm sữa hạnh nhân xanh vào hạt điều đã xay, thêm mật cây thùa và tinh chất vani rồi trộn lại cho đến khi hòa quyện.
h) Giữ lạnh cho đến khi bánh rán của bạn chín và nguội.
i) Trang trí bánh rán bằng men và hoa thêm!
j) Những chiếc bánh rán này là thuần chay và không chứa gluten & đường tinh luyện - vì vậy thực sự không cần phải kiềm chế: hãy cứ ăn hết!

40.Biscotti nam việt quất và hạt chia

THÀNH PHẦN:
- 2 chén bột mì đa dụng
- 1 thìa cà phê bột nở
- ½ muỗng cà phê muối
- ½ chén bơ không muối, làm mềm
- 1 cốc đường cát
- 2 quả trứng lớn
- 1 muỗng canh chiết xuất vani
- ¼ cốc hạt chia
- ¼ cốc quả nam việt quất khô
- ¼ chén hạnh nhân xắt nhỏ

HƯỚNG DẪN:
a) Làm nóng lò nướng của bạn ở nhiệt độ 350°F (175°C). Dòng một tấm nướng lớn với giấy giấy da.
b) Trong một bát vừa, trộn bột mì, bột nở và muối cho đến khi kết hợp tốt.
c) Trong một tô trộn lớn riêng biệt, dùng máy trộn điện đánh bơ và đường cho đến khi mịn và nhạt màu, khoảng 2-3 phút.
d) Đánh từng quả trứng vào, tiếp theo là chiết xuất vani.
e) Trộn dần các nguyên liệu khô vào, dùng thìa trộn đều cho đến khi bột quyện lại với nhau.
f) Gấp hạt chia, quả nam việt quất khô và hạnh nhân cắt nhỏ vào cho đến khi phân bố đều khắp bột.
g) Chia bột thành hai phần bằng nhau và định hình mỗi phần thành khúc gỗ dài khoảng 12 inch và rộng 2 inch.
h) Đặt các khúc gỗ lên khay nướng đã chuẩn bị sẵn và nướng trong 25-30 phút hoặc cho đến khi chạm vào chắc chắn.
i) Lấy các khúc gỗ ra khỏi lò và để nguội trên khay nướng trong 5-10 phút.
j) Dùng dao có răng cưa, cắt khúc gỗ thành từng lát dày ½ inch rồi đặt chúng trở lại khay nướng, cắt cạnh xuống.
k) Cho biscotti trở lại lò nướng và nướng thêm 10-15 phút hoặc cho đến khi giòn và khô.
l) Để biscotti nguội hoàn toàn trên giá lưới trước khi dùng.

41.Bánh pudding chia hoa cơm cháy

THÀNH PHẦN:
- ¼ cốc hạt chia
- 1 cốc sữa (sữa hoặc thực vật)
- 2 muỗng canh xi-rô hoa cơm cháy hoặc trà hoa cơm cháy cô đặc
- 1 thìa mật ong hoặc chất ngọt tùy thích
- Trái cây tươi, các loại hạt hoặc granola để phủ lên trên

HƯỚNG DẪN:

a) Trong lọ hoặc hộp đựng, trộn hạt chia, sữa, xi-rô hoa cơm cháy hoặc trà cô đặc và mật ong.
b) Khuấy đều để đảm bảo hạt chia được phân bố đều.
c) Đậy nắp và để trong tủ lạnh ít nhất 2 giờ hoặc qua đêm cho đến khi hỗn hợp đặc lại và trở nên giống như bánh pudding.
d) Khuấy hỗn hợp một hoặc hai lần trong thời gian làm lạnh để tránh bị vón cục.
e) Phục vụ bánh pudding chia Elderflower ướp lạnh và phủ trái cây tươi, các loại hạt hoặc granola để tăng thêm kết cấu và hương vị.

42. Bát sinh tố hoa cơm cháy

THÀNH PHẦN:
- 1 quả chuối đông lạnh
- ½ cốc quả mọng đông lạnh (chẳng hạn như dâu tây, quả mâm xôi hoặc quả việt quất)
- ¼ chén trà Elderflower (ủ mạnh và để nguội)
- ¼ cốc sữa chua Hy Lạp hoặc sữa chua làm từ thực vật
- 1 muỗng canh hạt chia
- Lớp phủ bên trên: trái cây thái lát, granola, dừa nạo, các loại hạt, v.v.

HƯỚNG DẪN:
a) Trong máy xay sinh tố, kết hợp chuối đông lạnh, quả mọng đông lạnh, trà Elderflower, sữa chua Hy Lạp và hạt chia.
b) Trộn cho đến khi mịn và kem. Nếu cần, hãy thêm một ít trà hoặc nước hoa cơm cháy để đạt được độ đặc như mong muốn.
c) Đổ sinh tố vào tô.
d) Phủ trái cây thái lát, granola, dừa nạo, các loại hạt hoặc bất kỳ loại đồ phủ nào khác mà bạn thích lên trên.
e) Thưởng thức ly sinh tố Elderflower sảng khoái và sôi động như một bữa sáng bổ dưỡng.

43.Mứt chia hoa cơm cháy

THÀNH PHẦN:
- 2 cốc quả mọng tươi hoặc đông lạnh (chẳng hạn như dâu tây, quả mâm xôi hoặc quả việt quất)
- ¼ cốc xi-rô hoa cơm cháy
- 2 thìa hạt chia
- 1 muỗng canh mật ong hoặc chất làm ngọt bạn chọn (tùy chọn)

HƯỚNG DẪN:

a) Trong một cái chảo, trộn các loại quả mọng và xi-rô hoa cơm cháy hoặc trà cô đặc.

b) Đun sôi hỗn hợp ở lửa vừa, thỉnh thoảng khuấy và nghiền quả mọng bằng thìa hoặc nĩa.

c) Nấu quả mọng trong khoảng 5-10 phút hoặc cho đến khi chúng vỡ ra và tiết ra nước.

d) Khuấy hạt chia và mật ong hoặc chất làm ngọt (nếu dùng) và tiếp tục nấu thêm 5 phút nữa, khuấy thường xuyên cho đến khi mứt đặc lại.

e) Nhấc chảo ra khỏi bếp và để mứt nguội trong vài phút.

f) Chuyển mứt chia Elderflower vào lọ hoặc hộp đựng và để lạnh cho đến khi đạt độ sệt có thể phết được.

g) Phết mứt chia Elderflower lên bánh mì nướng, hoặc bánh mì tròn, hoặc dùng nó làm lớp phủ cho bánh kếp hoặc bột yến mạch để tạo hương vị trái cây và hương hoa cho bữa sáng của bạn.

.

44. Hibiscus năng lượng căn

THÀNH PHẦN:
- 1 cốc chà là, bỏ hạt
- ½ cốc hạnh nhân
- ¼ cốc trà dâm bụt cô đặc
- 2 thìa hạt chia
- 2 muỗng canh dừa vụn
- Tùy chọn: bột ca cao hoặc hạt nghiền để phủ

HƯỚNG DẪN:
a) Trong máy xay thực phẩm, trộn chà là và hạnh nhân cho đến khi chúng tạo thành một hỗn hợp dính.
b) Cho trà dâm bụt cô đặc, hạt chia và dừa vụn vào máy xay thực phẩm. Trộn lại cho đến khi kết hợp tốt.
c) Lấy từng phần nhỏ hỗn hợp và vo thành từng viên tròn vừa ăn.
d) Tùy chọn: Cuộn các miếng năng lượng trong bột ca cao hoặc các loại hạt nghiền để phủ.
e) Đặt miếng năng lượng vào hộp kín và để trong tủ lạnh ít nhất 30 phút để cứng lại.

45. Bánh Pudding Mason Jar Chia

THÀNH PHẦN:
- 1 ¼ cốc sữa 2%
- 1 cốc sữa chua Hy Lạp nguyên chất 2%
- ½ cốc hạt chia
- 2 thìa mật ong
- 2 thìa đường
- 1 muỗng canh vỏ cam
- 2 muỗng cà phê chiết xuất vani
- ¾ cốc cam cắt múi
- ¾ cốc quýt cắt múi
- ½ chén bưởi cắt múi

HƯỚNG DẪN:

a) Trong một tô lớn, trộn sữa, sữa chua Hy Lạp, hạt chia, mật ong, đường, vỏ cam, vani và muối cho đến khi hòa quyện.

b) Chia đều hỗn hợp vào bốn lọ thủy tinh (16 ounce). Làm lạnh qua đêm, hoặc tối đa 5 ngày.

c) Dùng lạnh, phủ cam, quýt và bưởi.

46. Yến mạch qua đêm Matcha

THÀNH PHẦN:
- ½ chén yến mạch kiểu cũ
- ½ cốc sữa hoặc sữa thay thế tùy thích
- ¼ cốc sữa chua Hy Lạp
- 1 thìa cà phê bột matcha
- 2 thìa cà phê hạt chia
- 1 thìa cà phê mật ong
- một chút chiết xuất vani

HƯỚNG DẪN:
a) Đong tất cả nguyên liệu vào lọ hoặc bát và trộn đều.
b) Làm lạnh và thưởng thức vào sáng hôm sau!

47.Sinh tố bơ Matcha

THÀNH PHẦN:
- ½ quả bơ, gọt vỏ và cắt hạt lựu
- ⅓ dưa chuột
- 2 chén rau bina
- 1 cốc nước cốt dừa
- 1 cốc sữa hạnh nhân
- 1 thìa cà phê bột matcha
- ½ nước cốt chanh
- ½ muỗng bột protein vani
- ½ muỗng cà phê hạt chia

HƯỚNG DẪN:
a) Trộn thịt bơ với dưa chuột và các nguyên liệu còn lại trong máy xay cho đến khi mịn.
b) Phục vụ.

48.Lê Pistachio Parfait lọ

THÀNH PHẦN:
BÁNH PUDD PEAR CHIA:
- ¼ cốc lê xay nhuyễn
- ⅓ cốc sữa hạnh nhân hoặc vani không đường
- 3 thìa hạt chia
- Pudding bơ lê:
- 1 quả bơ chín
- 1-2 muỗng cà phê mật ong hoặc mật hoa dừa, tùy theo độ ngọt ưa thích
- 2 thìa lê xay nhuyễn

CÁC LỚP VÀ TRANG TRÍ CÒN LẠI:
- ½ cốc granola yêu thích của bạn
- ½ cốc sữa chua dừa nguyên chất hoặc sữa chua Hy Lạp vani
- ¼ chén lê tươi xắt nhỏ
- 2 muỗng canh quả hồ trăn cắt nhỏ
- 2 thìa cà phê mật ong hoặc mật hoa dừa

HƯỚNG DẪN:

a) Bắt đầu bằng cách chuẩn bị Pudding Pear Chia bằng cách cho tất cả nguyên liệu vào tô, trộn cho đến khi hòa quyện, sau đó để trong tủ lạnh khoảng 15-20 phút cho đặc lại.

b) Tiếp theo, chuẩn bị Pudding lê bơ bằng cách cho tất cả nguyên liệu vào máy xay thực phẩm nhỏ hoặc máy xay sinh tố và xay cho đến khi hỗn hợp mịn. Kiểm tra hương vị và thêm nhiều mật ong/mật hoa dừa nếu bạn thích bánh pudding bơ có vị ngọt hơn.

c) Khi bánh pudding chia đã đặc lại, hãy khuấy thêm một lần nữa và bạn đã sẵn sàng xếp tất cả các nguyên liệu vào.

d) Sử dụng hai lọ 8 ounce, chia granola, sữa chua, bánh pudding chia và bánh pudding bơ, xếp chúng theo bất kỳ cách sắp xếp nào bạn thích giữa hai lọ.

e) Kết thúc bằng cách phủ lên mỗi lọ 2 thìa lê tươi cắt nhỏ và 1 thìa quả hồ trăn cắt nhỏ, sau đó rưới lên mỗi lọ 1 thìa cà phê mật ong hoặc mật hoa dừa.

HẠT LINH/Hạt lanh

49. Thịt viên thuần chay nướng trong lò

THÀNH PHẦN:
- 1 muỗng canh hạt lanh xay
- ¼ cốc + 3 thìa canh nước luộc rau
- 1 củ hành lớn, bóc vỏ và cắt làm tư
- 2 tép tỏi, bóc vỏ
- 1½ thịt viên thực vật
- 1 chén vụn bánh mì
- ½ cốc phô mai parmesan thuần chay
- 2 muỗng canh mùi tây tươi, thái nhỏ
- Muối và hạt tiêu cho vừa ăn
- Xịt dầu ăn

HƯỚNG DẪN:

a) Cho hành và tỏi vào máy xay thực phẩm và xay nhuyễn cho đến khi nhuyễn.

b) Cho trứng lanh vào một tô trộn lớn, ¼ chén nước dùng rau củ, hành tây và tỏi xay nhuyễn, thịt viên thực vật, vụn bánh mì, phô mai parmesan thuần chay, rau mùi tây, và một chút muối và tiêu.

c) Trộn đều để kết hợp.

d) Từ hỗn hợp thịt viên thuần chay thành 32 viên.

e) Đặt thịt viên thuần chay lên khay nướng đã lót giấy nến và nướng trong lò khoảng 10 phút hoặc cho đến khi có màu vàng nâu.

50.Vòng bánh quy sợi

THÀNH PHẦN:
- 2 muỗng canh hạt lanh
- 2 muỗng canh mầm lúa mì
- ⅔ cốc Carbquik
- ¼ chén bột mì có hàm lượng gluten cao
- 2 muỗng canh bơ, nhiệt độ phòng
- Khoảng 1 cốc nước

HƯỚNG DẪN:

a) Nghiền hạt lanh và mầm lúa mì thành bột mịn bằng máy xay cà phê hoặc thiết bị tương tự.

b) Trong một bát trộn, trộn Carbquik và bột mì có hàm lượng gluten cao bằng nĩa. Thêm hạt lanh xay và bột mầm lúa mì vào và khuấy đều.

c) Cắt bơ ở nhiệt độ phòng vào các nguyên liệu khô, trộn cho đến khi giống như vụn thô.

d) Dần dần thêm ¾ nước nóng vào hỗn hợp, khuấy đều để tạo thành bột. Tiếp tục thêm một ít nước nếu cần cho đến khi bột đạt độ đặc như bột bánh quy nhẹ.

e) Dùng tay bôi mỡ, chia bột thành 10 viên có kích thước bằng nhau, cỡ quả óc chó.

f) Nhấn từng quả bóng lên khay nướng đã phết dầu mỡ hoặc đá nướng không phết dầu mỡ để tạo thành các viên tròn có đường kính 4 inch.

g) Nướng trong lò đã làm nóng trước ở nhiệt độ 350°F (175°C) cho đến khi các cạnh bắt đầu chuyển sang màu nâu.

h) Lấy các viên bánh quy ra khỏi lò và khay nướng hoặc đá ngay lập tức để nguội.

i) Sau khi nguội, hãy thưởng thức Bánh quy sợi Carbquik tự làm của bạn!

51.Hộp cơm trưa Bánh quy sô cô la

THÀNH PHẦN:
- ⅓ cốc nước sốt táo không đường
- ⅓ cốc bơ hạnh nhân
- ½ cốc chất ngọt khô
- 1 muỗng canh hạt lanh xay
- 2 muỗng cà phê chiết xuất vani nguyên chất
- 1⅓ chén bột yến mạch
- ½ muỗng cà phê baking soda
- ½ muỗng cà phê muối
- ¼ chén bột lúa miến hoặc bột làm bánh làm từ lúa mì nguyên hạt
- ½ cốc sô-cô-la ngọt làm từ ngũ cốc

HƯỚNG DẪN:

a) Làm nóng lò ở nhiệt độ 350°F. Lót hai tấm nướng lớn bằng giấy da hoặc thảm nướng Silpat.

b) Trong một tô trộn lớn, dùng nĩa mạnh để đánh đều nước sốt táo, bơ hạnh nhân, chất làm ngọt khô và hạt lanh. Sau khi tương đối mịn, trộn vani vào.

c) Thêm bột yến mạch, baking soda và muối vào và trộn đều. Thêm bột lúa miến và sô cô la chip vào rồi trộn đều.

d) Đổ từng thìa bột lên khay nướng đã chuẩn bị sẵn với lượng khoảng 1,5 thìa canh, cách nhau khoảng 2 inch. Làm phẳng bánh quy một chút để chúng trông giống như những chiếc đĩa dày (chúng sẽ không nở nhiều trong quá trình nướng). Nướng trong 8 đến 10 phút. Bạn nướng chúng càng lâu thì chúng sẽ càng giòn.

e) Lấy bánh quy ra khỏi lò và để nguội trên khay trong 5 phút, sau đó chuyển sang giá làm mát để nguội hoàn toàn.

52. Bánh quy giòn Fonio & Moringa

THÀNH PHẦN:
ĐỐI VỚI BÁNH BÁNH:
- 3/4 cốc Fonio Super-Grain, trộn thành bột
- 1 thìa cà phê bột Moringa
- 1 cốc hạt bí ngô
- 3/4 chén hạt hướng dương
- 1/2 chén hạt lanh, cả hạt
- 1/2 chén hạt chia
- 1/3 chén yến mạch nhanh không chứa gluten
- 2 muỗng canh hạt anh túc
- 1/2 thìa cà phê muối
- 1/2 thìa cà phê tiêu
- 1/4 thìa cà phê bột nghệ
- 2 muỗng canh dầu ô liu ớt, hoặc dầu ô liu nguyên chất
- 1/2 cốc nước

ĐỐI VỚI BẢNG PHÔ MAI:
- Quả hạch
- Hoa quả sấy khô
- Hoa quả tươi
- phô mai thuần chay

HƯỚNG DẪN:

a) Làm nóng lò ở 190°. Trộn tất cả các nguyên liệu khô vào một cái bát.

b) Thêm dầu ô liu và nước vào, trộn đều cho đến khi tạo thành một khối bột.

c) Chia hỗn hợp thành hai phần. Lấy một nửa và đặt vào giữa hai mảnh giấy da và cán bột, khoảng. dày 2-3mm.

d) Cắt thành hình dạng mong muốn và chuyển chúng lên khay nướng. Lặp lại các bước với nửa còn lại của bột. Nướng trong 20-25 phút hoặc cho đến khi các cạnh có màu vàng nâu.

e) Để nguội trong 10 phút. Ăn kèm với nhiều loại trái cây, quả hạch, pho mát và nước chấm.

53.Không nướng năng lượng với Nutella

THÀNH PHẦN:
- 1 chén yến mạch cán kiểu cũ
- ½ chén ngũ cốc gạo giòn hoặc dừa vụn
- ½ cốc Nutella
- ¼ cốc bơ đậu phộng
- ½ chén hạt lanh xay
- ⅓ cốc mật ong
- 1 muỗng canh dầu dừa
- 1 thìa cà phê vani
- ½ cốc sô-cô-la chip

HƯỚNG DẪN:

a) Trộn yến mạch cán, ngũ cốc gạo giòn, Nutella, bơ đậu phộng, hạt lanh xay, mật ong, vani, dầu dừa và sô cô la vụn nhỏ.

b) Múc hỗn hợp thành từng viên nhỏ khoảng 1 thìa canh. Đặt các quả bóng lên một mảnh giấy da.

c) Dùng tay cuộn chúng thành từng viên tròn thật chặt. Đặt trong tủ lạnh để đặt.

54.Táo việt quất quả óc chó giòn

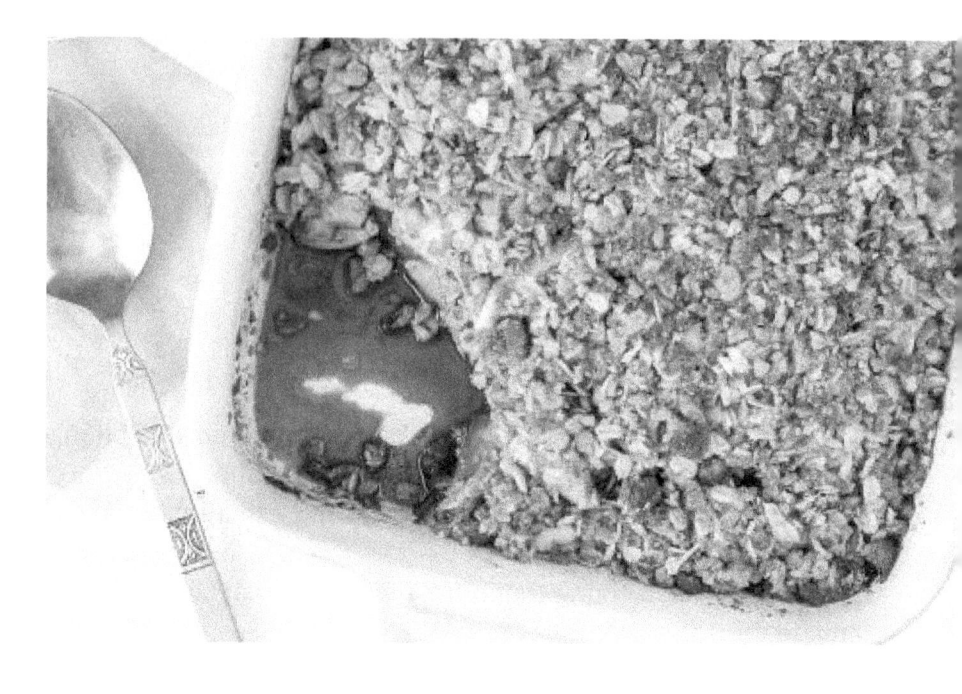

THÀNH PHẦN:
ĐỔ ĐẦY:
- 3 quả táo lớn màu đỏ hoặc vàng ngon, gọt vỏ và thái lát
- 2 muỗng canh đường nâu đóng gói
- 2 muỗng canh bột mì nguyên hạt
- 1 muỗng cà phê chiết xuất vani
- ½ muỗng cà phê quế xay
- ½ pint quả việt quất (1 cốc)

MÓN TRÊN CRISP:
- ¾ chén quả óc chó, thái nhỏ
- ¼ chén yến mạch nấu nhanh hoặc nấu kiểu cũ
- 2 muỗng canh đường nâu đóng gói
- 2 muỗng canh bột mì nguyên hạt
- 2 muỗng canh hạt lanh xay
- ½ muỗng cà phê quế xay
- ⅛ muỗng cà phê muối
- 2 muỗng canh dầu hạt cải

HƯỚNG DẪN:
a) Làm nóng lò ở nhiệt độ 400°F.
b) Cho táo, đường nâu, bột mì, vani và quế vào tô lớn rồi trộn đều. Nhẹ nhàng ném quả việt quất vào. Đặt hỗn hợp táo vào đĩa nướng 8 x 8 inch và đặt sang một bên.
c) Để làm lớp phủ trên, trộn quả óc chó, yến mạch, đường nâu, bột mì nguyên hạt, hạt lanh, quế và muối vào tô vừa.
d) Thêm dầu canola và khuấy đều cho đến khi các nguyên liệu khô được phủ đều.
e) Trải đều phần trên lên trên hỗn hợp trái cây.
f) Nướng trong 40 đến 45 phút hoặc cho đến khi trái cây mềm và mặt trên có màu nâu vàng (che phủ bằng giấy bạc nếu mặt trên có màu nâu quá nhanh).

55.Sinh Tố Sữa Rửa Mặt Berry Và Củ Cải

THÀNH PHẦN:
- 3 lá củ cải Thụy Sĩ, bỏ cuống
- ¼ cốc quả nam việt quất đông lạnh
- Nước, 1 cốc
- hạt lanh xay, 2 muỗng canh
- 1 cốc quả mâm xôi
- 2 ngày Medjool đọ sức

HƯỚNG DẪN:

a) Đặt tất cả các thành phần vào máy xay và xay cho đến khi mịn hoàn toàn.

HẠT BẠCH ĐẬU KHẤU

56. Masala Chai Affogato của Ấn Độ

THÀNH PHẦN:
- 1 muỗng masala chai gelato hoặc kem
- 1 ly trà chai
- hạt bạch đậu khấu nghiền nát
- quả hồ trăn nghiền nát

HƯỚNG DẪN:
a) Đặt một muỗng masala chai gelato hoặc kem vào ly phục vụ.
b) Đổ một ngụm trà chai lên gelato.
c) Rắc hạt bạch đậu khấu nghiền nát.
d) Trang trí với quả hồ trăn nghiền nát.
e) Phục vụ ngay và thưởng thức hương vị ấm áp và thơm của masala chai Ấn Độ.

57.kem Chai

THÀNH PHẦN:
- 2 sao hồi
- 10 tép tỏi
- 10 hạt tiêu
- 2 thanh quế
- 10 hạt tiêu trắng nguyên hạt
- 4 quả bạch đậu khấu, đã mở hạt
- ¼ cốc trà đen nguyên chất (bữa sáng kiểu Ceylon hoặc kiểu Anh)
- 1 cốc sữa
- 2 cốc kem đặc (chia, 1 cốc và 1 cốc)
- ¾ cốc đường
- Một nhúm muối
- 6 lòng đỏ trứng (xem cách tách trứng)

HƯỚNG DẪN:

a) Cho 1 cốc sữa, 1 cốc kem và các loại gia vị chai - hoa hồi, đinh hương, hạt tiêu, que quế, hạt tiêu trắng, vỏ bạch đậu khấu và một chút muối vào một cái chảo nặng.

b) Đun nóng hỗn hợp cho đến khi bốc hơi (không sôi) và sờ vào thấy nóng. Giảm nhiệt để ấm, đậy nắp và để yên trong 1 giờ.

c) Đun nóng hỗn hợp cho đến khi nóng trở lại (không đun sôi), thêm lá trà đen vào, tắt bếp, khuấy đều trà và để yên trong 15 phút.

d) Dùng lưới lọc mịn để lọc trà và gia vị, đổ hỗn hợp kem sữa đã lọc vào tô riêng.

e) Đổ hỗn hợp kem sữa vào nồi có đáy dày. Thêm đường vào hỗn hợp kem sữa và đun nóng, khuấy đều cho đến khi đường tan hoàn toàn.

f) Trong khi trà đang ngấm ở bước trước, hãy chuẩn bị 1 cốc kem còn lại trong bồn nước đá.

g) Đổ kem vào tô kim loại cỡ vừa và cho vào nước đá (có nhiều đá) trên tô lớn hơn. Đặt một lưới lọc lên trên bát. Để qua một bên.

h) Đánh lòng đỏ trứng trong tô cỡ vừa. Từ từ đổ hỗn hợp kem sữa đã đun nóng vào lòng đỏ trứng, đánh liên tục để lòng đỏ trứng được ủ ấm nhưng không bị chín. Cạo lòng đỏ trứng đã ấm lại vào nồi.

i) Bắc chảo lên bếp, dùng thìa gỗ khuấy hỗn hợp liên tục trên lửa vừa, cạo đáy khi khuấy cho đến khi hỗn hợp đặc lại và phủ lên thìa để bạn có thể lướt ngón tay qua lớp phủ mà lớp phủ không bị chảy. Việc này có thể mất khoảng 10 phút.

j) Ngay khi điều này xảy ra, hỗn hợp phải được loại bỏ khỏi nhiệt ngay lập tức và đổ qua rây trên bồn nước đá để dừng nấu ở bước tiếp theo.

58. Trà Với Rong Biển Kombu

THÀNH PHẦN:
- 1-4 thìa cà phê bột hoặc mảnh Kombu
- 1 lít nước lạnh
- 1-4 muỗng cà phê trà xanh lá lỏng
- 2 lát gừng tươi hoặc củ riềng
- 1 thìa cà phê quế
- 2 lát chanh hoặc chanh
- một nhúm hạt bạch đậu khấu

HƯỚNG DẪN:

a) Thêm trà xanh, Kombu và hương vị bạn chọn vào bình nước lạnh 1,5 lít.

b) Hãy để nó dốc cho đến khi một màu sắc tốt đã phát triển. Việc này sẽ mất vài giờ.

c) Nếu bạn muốn uống trà nóng, hãy đổ nước sôi vào nửa cốc trà lạnh.

59.Bánh bơ bạch đậu khấu cam với kem hoa hồng

THÀNH PHẦN:
CHO BÁNH
- 2 thìa sữa nguyên chất
- 1 ½ thìa cà phê vỏ cam bào
- ½ muỗng cà phê nước hoa cam
- ½ quả đậu vani, cắt đôi theo chiều ngang
- ½ cốc bơ không muối (4 ounce), ở nhiệt độ phòng, cộng thêm bơ để bôi trơn chảo
- 1 chén bột mì đa dụng (khoảng 4 ¼ ounce), cộng thêm cho chảo
- 1 thìa cà phê bột nở
- ¼ thìa cà phê hạt bạch đậu khấu xanh xay
- ⅛ muỗng cà phê muối kosher
- ½ cốc cộng thêm 1 thìa đường cát
- 2 quả trứng lớn, ở nhiệt độ phòng

ĐỂ ĐÓNG BÓNG
- 1 ½ chén đường bột (khoảng 6 ounce)
- 1 cốc bơ không muối (8 ounce), làm mềm
- ½ muỗng cà phê nước hoa cam
- ½ muỗng cà phê chiết xuất vani
- ⅛ muỗng cà phê nước hoa hồng
- ½ cốc mứt mâm xôi không hạt
- 1 ½ muỗng cà phê nước cam tươi

THÀNH PHẦN BỔ SUNG
- Cánh hoa hồng khô để trang trí

HƯỚNG DẪN:
LÀM BÁNH:
a) Làm nóng lò ở nhiệt độ 325°F. Trộn sữa, vỏ cam và nước hoa cam vào một cái bát nhỏ. Tách đôi hạt vani theo chiều dọc và cạo hạt vani vào hỗn hợp sữa; khuấy để kết hợp. Thêm vỏ đậu vani vào hỗn hợp sữa; để qua một bên.

b) Bôi bơ vào đáy và các mặt của 8 giếng của khuôn làm bánh nướng xốp tiêu chuẩn 12 cốc. Rắc nhiều bột mì lên. Nghiêng để che hoàn toàn các cạnh và gõ nhẹ phần thừa. Để qua một bên.

c) Trộn đều bột mì, bột nở, bạch đậu khấu và muối trong một tô vừa.

d) Đánh bơ và đường trong một tô lớn bằng máy trộn điện ở tốc độ trung bình cho đến khi nhẹ và mịn, từ 5 đến 7 phút. Thêm trứng vào hỗn hợp bơ, mỗi lần 1 quả, đánh ở tốc độ trung bình cho đến khi hòa quyện.

e) Để máy trộn chạy ở tốc độ thấp, thêm dần hỗn hợp bột vào hỗn hợp bơ làm 3 lần thêm, xen kẽ với hỗn hợp sữa. Đánh cho đến khi bột mịn, khoảng 2 phút.

f) Chia đều bột cho 8 giếng của chảo muffin đã chuẩn bị sẵn; làm mịn phần ngọn bằng thìa bù.

g) Nướng cho đến khi que gỗ cắm vào giữa bánh sạch sẽ, từ 18 đến 20 phút. Để nguội trong chảo trong 10 phút. Lấy ra khỏi chảo; để nguội hoàn toàn trên giá lưới trong khoảng 20 phút.

h) Sử dụng một con dao có răng cưa, loại bỏ và loại bỏ phần ngọn hình vòm khỏi bánh. Lật ngược bánh, cắt hai bên xuống trên thớt. Cắt đôi bánh theo chiều ngang, mỗi lớp làm 2 lớp.

LÀM kem:

i) Đánh đường bột và bơ trong tô vừa bằng máy trộn điện ở tốc độ trung bình cao cho đến khi mịn và mịn, khoảng 5 phút.

j) Thêm nước hoa cam, chiết xuất vani và nước hoa hồng; đánh cho đến khi kết hợp.

k) Khuấy đều mứt mâm xôi và nước cam trong một bát nhỏ cho đến khi mịn.

ĐỂ LẮP RÁP BÁNH:

l) Trải 2 muỗng cà phê kem lên lớp dưới cùng của 1 chiếc bánh. Phủ 1 thìa cà phê hỗn hợp mứt lên trên và đặt lớp bánh trên cùng lên trên mứt.

m) Trải một lớp kem mỏng lên bên ngoài bánh; phết 2 muỗng cà phê kem lên mặt bánh.

n) Đổ 1 thìa cà phê hỗn hợp mứt lên trên, để phần thừa nhẹ nhàng nhỏ xuống các cạnh.

o) Lặp lại với những chiếc bánh còn lại. Trang trí bằng cánh hoa hồng khô.

HẠT GIỐNG CÂY GAI DẦU

60. Thịt viên củ cải đỏ

THÀNH PHẦN:
- 15 ounce đậu thận màu đỏ nhạt có thể
- 2 ½ muỗng canh dầu ô liu nguyên chất
- 2 ½ ounce nấm Cremini
- 1 củ hành đỏ
- ½ chén gạo lứt nấu chín
- ¾ cốc củ cải sống
- 1/3 chén hạt gai dầu
- 1 thìa cà phê tiêu đen xay
- ½ muỗng cà phê muối biển
- ½ muỗng cà phê Hạt rau mùi đất
- 1 quả trứng thay thế thuần chay

HƯỚNG DẪN:
a) Làm nóng lò ở nhiệt độ 375°F. Nghiền thật kỹ đậu thận trong tô trộn và đặt sang một bên.
b) Đun nóng dầu trong chảo chống dính trên lửa vừa.
c) Thêm nấm và hành tây vào xào cho đến khi mềm, khoảng 8 phút.
d) Chuyển hỗn hợp rau vào tô trộn với đậu.
e) Khuấy gạo, củ cải đường, hạt gai dầu, hạt tiêu, muối và rau mùi cho đến khi kết hợp.
f) Thêm chất thay thế trứng thuần chay và khuấy cho đến khi kết hợp tốt.
g) Tạo hỗn hợp thành bốn quả bóng và đặt lên khay nướng có lót giấy da không tẩy trắng.
h) Dùng đầu ngón tay thoa nhẹ ½ thìa dầu lên mặt trên của Thịt viên.
i) Nướng trong 1 giờ. Rất nhẹ nhàng lật từng viên thịt và nướng cho đến khi giòn, chắc và chín vàng, khoảng 20 phút nữa.

61.Yến mạch qua đêm Spirulina việt quất

THÀNH PHẦN:
- ½ chén yến mạch
- 1 muỗng canh dừa vụn
- ⅛ muỗng cà phê quế
- ½ thìa cà phê tảo xoắn
- ½ cốc sữa thực vật
- 1 ½ muỗng canh sữa chua làm từ thực vật
- ¼ cốc quả việt quất đông lạnh
- 1 thìa cà phê hạt gai dầu
- 1 quả kiwi, thái lát

HƯỚNG DẪN:

a) Trong lọ hoặc bát, thêm yến mạch, dừa vụn, quế và tảo xoắn. Sau đó thêm sữa thực vật và dừa hoặc sữa chua tự nhiên.

b) Thêm quả việt quất đông lạnh và kiwi lên trên. Làm lạnh qua đêm, hoặc ít nhất trong một giờ hoặc hơn.

c) Trước khi dùng, thêm hạt cây gai dầu nếu muốn. Thưởng thức!

62. Bát sinh tố đào

THÀNH PHẦN:
- 2 cốc đào, đông lạnh
- 1 quả chuối, đông lạnh
- 1½ cốc sữa hạnh nhân vani không đường
- 1 muỗng canh hạt cây gai dầu
- Các loại quả mọng hỗn hợp
- hoa ăn được
- lát đào tươi
- lát dứa tươi

HƯỚNG DẪN:
- ☑ Thêm tất cả nguyên liệu, ngoại trừ hoa ăn được, lát đào tươi và lát dứa tươi vào cốc máy xay sinh tố và xay cho đến khi mịn, cẩn thận không trộn quá kỹ.
- ☑ Phủ hoa ăn được, lát đào tươi, lát dứa tươi hoặc bất kỳ loại phủ nào khác mà bạn chọn.

63. Vỏ sô cô la với Goji Berry

THÀNH PHẦN:
- 12 ounce sô cô la chip
- 2,5 thìa bột rêu biển
- 1 muỗng canh hạt gai dầu
- ½ chén hạt thô
- 2 muỗng canh quả Goji
- ½ thìa cà phê muối biển Himalaya, tùy chọn

HƯỚNG DẪN:
a) Thu thập các thành phần. Chuẩn bị sẵn nguyên liệu để vỏ sô cô la dễ dàng lắp ráp.
b) Lấy một chiếc bát lớn an toàn với lò vi sóng, thêm sô cô la vào, sau đó làm tan chảy sô cô la trong khoảng thời gian 30 giây trong lò vi sóng, khuấy đều giữa mỗi khoảng thời gian.
c) Khi sô cô la đã tan chảy hoàn toàn, hãy chuyển sô cô la lên đĩa hoặc khay nướng có lót giấy da. Dùng thìa để dàn sô cô la thành một lớp mỏng, đều, dày khoảng ¼ inch.
d) Thêm vào trên bề mặt.
e) Chuyển đĩa vào tủ lạnh và để sô cô la đông lại, quá trình này sẽ mất khoảng 30 phút.
f) Sau khi sô-cô-la đã đông lại, bạn có thể bẻ thành từng miếng vừa ăn.
g) Thưởng thức sô cô la của bạn! Bảo quản vỏ sô cô la còn sót lại trong hộp kín trong tủ lạnh tối đa một tuần.

64.Trà Xanh Gừng Sinh tố

THÀNH PHẦN:
- 1 quả lê Anjou, cắt nhỏ
- ¼ chén nho khô trắng hoặc dâu tằm khô
- 1 thìa cà phê gừng tươi băm nhỏ
- 1 nắm lớn rau diếp romaine cắt nhỏ
- 1 muỗng canh hạt cây gai dầu
- 1 cốc trà xanh pha không đường, để nguội
- 7 đến 9 viên đá

HƯỚNG DẪN:

a) Cho tất cả nguyên liệu trừ đá vào Vitamix và xay cho đến khi mịn và mịn như kem.

b) Thêm đá và xử lý lại. Uống lạnh.

HẠT THƯƠNG TÍM

65. Bánh quế chanh và hạt anh túc

THÀNH PHẦN:
- 2 chén bột mì đa dụng
- 2 muỗng canh polenta
- 2 muỗng canh đường trắng
- 2 muỗng canh hạt anh túc
- ¾ muỗng cà phê baking soda
- ¾ muỗng cà phê muối
- 2½ cốc bơ sữa
- 2 quả trứng lớn
- 1 muỗng canh vỏ chanh bào vụn
- 1 thìa nước cốt chanh tươi
- 1 muỗng cà phê chiết xuất vani nguyên chất
- ⅔ cốc dầu thực vật

HƯỚNG DẪN:
a) Kết hợp tất cả nguyên liệu khô vào một tô trộn lớn; đánh đều cho đến khi trộn đều. Dùng cốc đong lớn hoặc tô trộn riêng, trộn các nguyên liệu còn lại và đánh đều.

b) Thêm các thành phần chất lỏng vào các thành phần khô và đánh cho đến khi mịn.

c) Làm nóng máy làm bánh quế ở mức cài đặt mong muốn.

d) Đổ một ít bột qua đầu vòi. Khi âm báo vang lên, bánh quế đã sẵn sàng. Cẩn thận mở máy làm bánh quế và lấy bánh quế đã nướng ra.

e) Đóng máy làm bánh quế và lặp lại với phần bột còn lại.

66. Carbquik Bialys

THÀNH PHẦN:
- 1 ½ cốc nước ấm, 105 đến 115 độ F
- 1 quả trứng nguyên quả, đánh với 2 thìa nước để rửa
- 1 muỗng canh muối kosher, để rắc
- 5 thìa cà phê men khô hoạt tính
- 2 thìa cà phê đường
- 5 ½ cốc Carbquik
- 2 ½ muỗng cà phê muối kosher
- ½ chén hành tây đã khử nước
- 2 muỗng canh dầu thực vật
- 1 ½ muỗng canh hạt anh túc

HƯỚNG DẪN:

a) Làm nóng lò nướng của bạn ở nhiệt độ 450°F.

b) Trong một tô lớn, trộn đều nước ấm, men và đường. Khuấy một cốc Carbquik và muối. Thêm hầu hết lượng Carbquik còn lại và khuấy bằng thìa gỗ để tạo thành một khối mềm. Nếu sử dụng máy trộn, gắn móc bột và trộn trong 8 đến 10 phút, thêm Carbquik bổ sung nếu cần để tạo thành khối bột mịn, chắc. Ngoài ra, bạn có thể nhào bột bằng tay.

c) Đậy bột lại và để bột nghỉ khoảng 45 đến 60 phút. Trong khi bột đang nghỉ, lót giấy nến lên 2 khay nướng lớn.

d) Đặt hành tây đã khử nước vào tô và thêm nước nóng, để hành ngâm trong 15 phút. Xả sạch hành tây, cho vào tô, thêm dầu và hạt anh túc nếu dùng. Đặt hỗn hợp này sang một bên.

e) Sau khi bột đã nghỉ, bạn ấn bột xuống và chia thành 2 phần bằng nhau. Sau đó, chia mỗi nửa thành sáu phần bằng nhau. Để các phần bột nghỉ 10 phút.

f) Cuộn hoặc kéo căng từng phần bột thành hình bầu dục hoặc hình tròn 4 hoặc 5 inch, cẩn thận không làm bột quá kỹ. Đặt các miếng bialys lên khay nướng đã chuẩn bị sẵn và dùng ngón tay tạo các vết lõm ở giữa có kích thước bằng nửa đô la (không xuyên qua bột).

g) Nhẹ nhàng chải chu vi bên ngoài của từng miếng bia bằng nước rửa trứng. Múc khoảng 2 thìa cà phê hành tây đã chuẩn bị lên trên mỗi miếng bialy và thêm một chút muối nếu muốn.

h) Che các bialys bằng một chiếc khăn pha bột và để chúng nở trong 30 đến 40 phút hoặc cho đến khi chúng trở nên phồng lên.

i) Nướng bialys cho đến khi chúng có màu nâu vàng, mất khoảng 25 đến 30 phút. Nếu bạn nhận thấy bánh bia có màu nâu quá nhanh, bạn có thể giảm nhiệt độ lò xuống 425 độ F. Hãy thưởng thức bánh bia mới nướng của bạn!

67.Bánh Muffin chanh Carbquik

THÀNH PHẦN:
- 1 quả trứng
- 1 cốc Carbquik
- 2 muỗng canh Splenda (hoặc nếm thử)
- 1 muỗng cà phê vỏ chanh bào
- ¼ cốc nước chanh
- ⅛ cốc nước
- 1 muỗng canh dầu
- 1 muỗng canh hạt anh túc (tùy chọn)
- 1 thìa cà phê bột nở
- Một nhúm muối

HƯỚNG DẪN:

a) Làm nóng lò nướng của bạn: Làm nóng lò nướng của bạn ở nhiệt độ 400°F (200°C). Đặt một cốc nướng giấy vào mỗi 6 cốc muffin cỡ thường hoặc chỉ bôi mỡ vào đáy cốc muffin.

b) Trộn bột: Trong một tô cỡ vừa, đánh nhẹ trứng.

c) Sau đó, cho Carbquik, Splenda còn lại, vỏ chanh bào, nước cốt chanh, nước, dầu, hạt anh túc (nếu dùng), bột nở và một chút muối vào khuấy đều. Khuấy cho đến khi hỗn hợp vừa đủ ẩm; đừng trộn quá nhiều.

d) Chia bột: Chia đều bột bánh muffin vào các cốc bánh muffin đã chuẩn bị sẵn.

e) Nướng: Nướng bánh nướng xốp trong lò làm nóng trước từ 15 đến 20 phút hoặc cho đến khi mặt bánh có màu vàng nâu. Hãy để ý đến chúng vào cuối thời gian nướng để tránh nướng quá kỹ.

f) Sau khi hoàn tất, lấy bánh nướng xốp ra khỏi lò và để chúng nguội trong cốc làm bánh nướng xốp trong vài phút.

g) Chuyển bánh nướng xốp sang giá lưới để nguội hoàn toàn.

h) Hãy thưởng thức bánh nướng xốp chanh Carbquik tự làm của bạn!

HẠT MÙ TẠT

68. Burekas

THÀNH PHẦN:
- 1 lb / 500 g bánh phồng bơ chất lượng tốt nhất
- 1 quả trứng gà thả vườn lớn, đánh bông

RICOTTA ĐIỀN
- ¼ cốc / 60 g phô mai
- ¼ cốc / 60 g phô mai ricotta
- ⅔ cốc / 90 phô mai feta vụn
- 2 muỗng cà phê / 10 g bơ không muối, đun chảy

ĐIỀN PECORINO
- 3½ muỗng canh / 50 g phô mai ricotta
- ⅔ cốc / 70 g phô mai pecorino bào
- ⅓ cốc / 50 g phô mai Cheddar bào lâu năm
- 1 tỏi tây, cắt thành từng đoạn 2 inch / 5 cm, chần cho đến khi mềm và thái nhỏ (tổng cộng ¾ cốc / 80 g)
- 1 muỗng canh rau mùi tây lá phẳng xắt nhỏ
- ½ muỗng cà phê tiêu đen mới xay

HẠT GIỐNG
- 1 muỗng cà phê hạt nigella
- 1 muỗng cà phê hạt vừng
- 1 muỗng cà phê hạt mù tạt vàng
- 1 muỗng cà phê hạt caraway
- ½ muỗng cà phê mảnh ớt

HƯỚNG DẪN:

a) Cán bánh ngọt thành hai hình vuông 12 inch / 30 cm, mỗi hình dày ⅛ inch / 3 mm. Đặt các tấm bánh ngọt lên khay nướng có lót giấy da — chúng có thể đặt chồng lên nhau, có một tờ giấy da ở giữa — và để trong tủ lạnh trong 1 giờ.

b) Đặt từng bộ nguyên liệu làm nhân vào một tô riêng. Trộn và đặt sang một bên. Trộn tất cả các loại hạt lại với nhau trong một cái bát và đặt sang một bên.

c) Cắt từng tấm bánh ngọt thành hình vuông 4 inch / 10 cm; bạn sẽ nhận được tổng cộng 18 ô vuông. Chia đều phần nhân đầu tiên cho một nửa số hình vuông, đổ nó vào giữa mỗi hình vuông. Quét trứng lên hai cạnh liền kề của mỗi hình vuông rồi gấp đôi hình vuông đó để tạo thành một hình tam giác. Đẩy hết không khí ra ngoài và kẹp chặt các cạnh lại với nhau. Bạn muốn ấn thật kỹ các mép để chúng không bị bung ra trong khi nấu. Lặp lại với các ô bánh ngọt còn lại và phần nhân thứ hai. Đặt trên khay nướng có lót giấy da và để trong tủ lạnh ít nhất 15 phút cho cứng lại. Làm nóng lò ở nhiệt độ 425°F/220°C.

d) Quét trứng lên hai cạnh ngắn của mỗi chiếc bánh ngọt và nhúng các cạnh này vào hỗn hợp hạt; chỉ cần một lượng nhỏ hạt, chỉ rộng ⅙ inch / 2 mm, là đủ vì chúng khá nổi trội. Quét một ít trứng lên mặt trên của mỗi chiếc bánh ngọt, tránh để hạt.

e) Đảm bảo các bánh ngọt cách nhau khoảng 1¼ inch / 3 cm.

f) Nướng trong vòng 15 đến 17 phút, cho đến khi vàng đều. Thưởng thức khi còn nóng hoặc ở nhiệt độ phòng.

g) Nếu một ít nhân tràn ra khỏi bánh trong quá trình nướng, bạn chỉ cần nhẹ nhàng nhét nhân vào lại khi bánh đủ nguội để xử lý.

69. tương ớt đại hoàng

THÀNH PHẦN:
- 1 pound đại hoàng
- 2 thìa cà phê gừng tươi bào nhuyễn
- 2 tép tỏi
- 1 quả ớt Jalapeno, (hoặc nhiều hơn) hạt và gân Lấy ra
- 1 thìa cà phê ớt bột
- 1 muỗng canh hạt mù tạt đen
- ¼ cốc nho
- 1 cốc đường nâu nhạt
- 1½ cốc giấm nhẹ

HƯỚNG DẪN:
a) Rửa sạch đại hoàng và cắt thành từng miếng dày ¼ inch. Nếu thân cây rộng, trước tiên hãy cắt chúng làm đôi hoặc làm ba theo chiều dọc.
b) Băm nhuyễn gừng nạo cùng với tỏi và ớt.
c) Cho tất cả nguyên liệu vào chảo chống ăn mòn, đun sôi, sau đó giảm nhiệt và đun nhỏ lửa cho đến khi đại hoàng vỡ ra và có kết cấu như mứt, khoảng 30 phút.
d) Bảo quản lạnh trong lọ thủy tinh.

70.củ cải ngâm

THÀNH PHẦN:
- 1 bó củ cải, gọt vỏ và thái lát mỏng
- 1 chén giấm trắng
- ½ cốc nước
- ¼ cốc đường
- 1 muỗng canh muối
- 1 thìa cà phê hạt tiêu đen nguyên hạt
- 1 muỗng cà phê hạt mù tạt
- 1 muỗng cà phê hạt thì là

HƯỚNG DẪN:
a) Trong một cái chảo, trộn giấm, nước, đường, muối, hạt tiêu đen, hạt mù tạt và hạt thì là.
b) Đun sôi hỗn hợp và khuấy cho đến khi đường và muối tan.
c) Đặt củ cải thái lát vào lọ khử trùng.
d) Đổ nước ngâm nóng lên củ cải, đảm bảo chúng ngập hoàn toàn.
e) Để củ cải muối nguội đến nhiệt độ phòng, sau đó đậy nắp và để trong tủ lạnh ít nhất 24 giờ trước khi dùng.

71.mù tạt Microgreen Dal

THÀNH PHẦN:
- ½ cốc moong dal
- ¼ cốc bí ngô
- 2 ½ cốc nước
- Nhúm muối
- ½ cốc dừa nạo
- 6 củ hẹ
- 1 tép tỏi
- 1 quả ớt xanh
- lá cà ri
- ¼ thìa cà phê bột nghệ
- ¼ thìa cà phê hạt thì là
- ½ chén rau xanh mù tạt
- 1 muỗng canh dầu
- ¼ thìa cà phê hạt mù tạt
- 2 quả ớt đỏ

HƯỚNG DẪN:
a) Kết hợp moong dal, bí ngô, muối và nước trong nồi áp suất. Nấu trong 1 tiếng còi sau khi trộn kỹ mọi thứ.
b) Trong khi đó, cho dừa nạo, hẹ tây, tỏi, ớt xanh, hạt thì là, 3 hoặc 4 lá cà ri và bột nghệ vào máy xay.
c) Trộn bột nhão với hỗn hợp dal đã nấu chín.
d) Đun sôi hỗn hợp dal trong 2 đến 3 phút. Bây giờ là lúc để thêm microgreen.
e) Đun sôi trong 1 phút, sau đó tắt bếp.
f) Thêm hạt mù tạt và ớt đỏ vào chảo.
g) Thêm hẹ tây và nấu trong vài phút
h) Thêm ủ vào hỗn hợp dal.

72. mù tạt Prosecco

THÀNH PHẦN:
- ¼ chén hạt mù tạt vàng
- ¼ chén hạt mù tạt nâu
- ½ cốc Prosecco
- ¼ chén giấm rượu trắng
- 1 thìa mật ong
- ½ muỗng cà phê muối

HƯỚNG DẪN:
a) Trong một cái bát, trộn hạt mù tạt màu vàng và nâu.
b) Trong một bát riêng, trộn rượu Prosecco, giấm rượu trắng, mật ong và muối.
c) Đổ hỗn hợp Prosecco lên hạt mù tạt và khuấy đều.
d) Để hỗn hợp ở nhiệt độ phòng trong khoảng 24 giờ, thỉnh thoảng khuấy.
e) Chuyển hỗn hợp vào máy xay hoặc máy chế biến thực phẩm và xay cho đến khi đạt được độ đặc mong muốn.
f) Bảo quản mù tạt Prosecco trong hộp kín trong tủ lạnh.
g) Sử dụng nó như một loại gia vị cho bánh mì sandwich, bánh mì kẹp thịt hoặc làm nước chấm cho bánh quy xoắn và đồ ăn nhẹ.

73.Kê, gạo và lựu

THÀNH PHẦN:
- 2 cốc pohe mỏng
- 1 chén kê hoặc gạo phồng
- 1 cốc bơ đặc
- ½ chén miếng lựu
- 5 - 6 lá cà ri
- ½ muỗng cà phê hạt mù tạt
- ½ muỗng cà phê hạt thì là
- ⅛ muỗng cà phê asafoetida
- 5 muỗng cà phê dầu
- Đường để hương vị
- Muối để nếm
- Dừa tươi hoặc khô - bào sợi
- Lá rau mùi tươi

HƯỚNG DẪN:
a) Đun nóng dầu rồi cho hạt mù tạt vào.
b) Thêm hạt thì là, asafoetida và lá cà ri khi chúng nổ tung.
c) Đặt pohe vào một cái bát.
d) Trộn hỗn hợp gia vị dầu, đường và muối.
e) Khi pohe đã nguội, kết hợp nó với sữa chua, rau mùi và dừa.
f) Ăn kèm với rau mùi và dừa.

74. Tương ớt việt quất

THÀNH PHẦN:
- 4 cốc quả nam việt quất, cắt nhỏ
- 1 củ gừng cỡ 1 inch, gọt vỏ và thái nhỏ
- 1 quả cam rốn lớn, cắt làm tư và thái nhỏ
- 1 củ hành nhỏ, thái hạt lựu
- ½ cốc nho khô
- 5 quả sung khô, cắt nhỏ
- ½ chén quả óc chó, nướng và cắt nhỏ
- 2 thìa hạt mù tạt
- 2 muỗng canh giấm táo
- ¾ cốc rượu whisky Bourbon hoặc Scotch (tùy chọn)
- 1½ cốc đường nâu nhạt
- 2 thìa cà phê quế xay
- 1 muỗng cà phê hạt nhục đậu khấu
- ½ thìa cà phê đinh hương xay
- ½ thìa muối
- ⅛ muỗng cà phê ớt cayenne

HƯỚNG DẪN:
a) Trong một cái chảo 4 lít, kết hợp quả nam việt quất cắt nhỏ, gừng thái nhỏ, cam rốn thái nhỏ, hành tây thái hạt lựu, nho khô, quả sung khô cắt nhỏ, quả óc chó nướng và cắt nhỏ, hạt mù tạt, gừng thái nhỏ, giấm rượu táo và rượu whisky (nếu có). sử dụng).
b) Trong một bát nhỏ, trộn kỹ đường nâu, quế, nhục đậu khấu, đinh hương, muối và ớt cayenne.
c) Cho các nguyên liệu khô từ bát nhỏ vào nồi cùng các nguyên liệu khác. Khuấy để kết hợp mọi thứ.
d) Đun nóng hỗn hợp cho đến khi sôi.
e) Giảm nhiệt và để tương ớt sôi trong 25-30 phút, khuấy thường xuyên.
f) Sau khi hoàn thành, để tương ớt nguội rồi cho vào tủ lạnh tối đa 2 tuần. Ngoài ra, nó có thể được đông lạnh lên đến 1 năm.
g) Chúc bạn ngon miệng với món tương ớt nam việt quất nhé!

HẠT CÂY THÌ LÀ

75. Bánh Tres Leches Với Hạt Thì Là

THÀNH PHẦN:
BÁNH XỐP:
- 1 ½ chén bột mì đa dụng
- 1 muỗng canh bột nở
- 1 thìa cà phê quế
- ½ muỗng cà phê hạt thì là, nướng và xay
- ½ muỗng cà phê hạt rau mùi, nướng và xay
- 6 lòng trắng trứng
- 1 thìa cà phê muối
- 1½ chén đường cát
- 3 lòng đỏ trứng
- 2½ muỗng cà phê chiết xuất vani
- ½ cốc sữa
- 6 thìa sữa bột

TRES LECHES NGÂM:
- 1 cốc sữa nguyên chất
- 4 thìa sữa bột nướng (dành riêng cho công thức làm bánh bông lan)
- 12 ounce sữa đặc có thể bay hơi
- lon sữa đặc 14 ounce

QUẢ MACERATED:
- ½ cốc nước
- ½ cốc đường
- Lá cây thì là từ 1 củ, chia
- 18 ounce quả mọng bạn chọn, chia làm đôi
- 1 thìa nước cốt chanh

KEM ĐÁNH:
- 1 cốc kem đặc
- ½ chén đường cát
- 2 thìa bơ sữa
- Nhúm muối

HƯỚNG DẪN:
BÁNH XỐP:

a) Nướng gia vị trong lò nướng 325 độ trong 8–10 phút, sau đó xay bằng máy xay gia vị, cối và chày hoặc máy xay.
b) Làm nóng lò ở nhiệt độ 300 độ.
c) Cho 6 thìa sữa bột vào chảo chịu nhiệt rồi cho vào lò nướng. Khuấy và xoay 5 phút một lần cho đến khi bột có màu cát.
d) Tăng nhiệt lên 350 độ.
e) Lót giấy da vào khuôn bánh 9 x 13 inch; bôi trơn giấy da bằng bình xịt hoặc dầu.
f) Rây bột mì, bột nở, quế, thì là và rau mùi vào tô trộn lớn và đánh đều.
g) Cho lòng trắng trứng và muối vào tô của máy trộn đứng và trộn bằng máy đánh trứng ở tốc độ trung bình cho đến khi nổi bọt. Tiếp tục đánh cho đến khi bông xốp, lòng trắng có chóp mềm.
h) Từ từ cho đường cát vào máy trộn đang chạy và tiếp tục đánh cho đến khi lòng trắng tạo thành chóp vừa.
i) Trong khi máy trộn đang chạy, cho từng lòng đỏ trứng vào, sau đó cho vani vào, trộn cho đến khi hòa quyện.
j) Đánh đều 2 thìa sữa bột nướng vào sữa. Đặt phần sữa bột còn lại sang một bên để sử dụng sau.
k) Lấy meringue ra khỏi máy trộn và gấp một nửa hỗn hợp khô bằng thìa cao su.
l) Đổ một nửa hỗn hợp sữa vào và tiếp tục gấp, xoay bát và gấp theo chiều kim đồng hồ từ giữa ra mép.
m) Thêm các thành phần khô còn lại và tiếp tục gấp. Thêm hỗn hợp sữa còn lại vào và trộn đều cho đến khi hòa quyện, cẩn thận không trộn quá kỹ.
n) Đổ bột vào chảo đã chuẩn bị sẵn và dùng thìa dàn đều các góc.
o) Nướng trong 10–12 phút, xoay 5 phút một lần để đảm bảo nướng đều.
p) Lấy bánh ra khỏi lò khi bánh đã chín vàng đều và mép bánh hơi kéo ra khỏi khuôn.
q) Để nguội đến nhiệt độ phòng.

TRES LECHES NGÂM:

- r) Trong máy xay, thêm sữa, phần còn lại của sữa bột nướng, sữa cô đặc và sữa đặc. Pha trộn để kết hợp.
- s) Đổ bánh lên trên và làm lạnh bánh đã ngâm cho đến khi sẵn sàng phục vụ.

QUẢ MACERATED:
- t) Trong nồi, đun sôi nước, sau đó thêm đường. Đánh đều để kết hợp.
- u) Thêm một số ít lá thì là màu xanh lá cây tươi sáng, dành một ít để trang trí. Tắt bếp và để ngấm cho đến khi xi-rô nguội đến nhiệt độ phòng.
- v) Lọc xi-rô.
- w) Khoảng 30 phút trước khi ăn, ngâm nửa quả dâu trong xi-rô và nước cốt chanh. Dự trữ các loại quả còn lại để trang trí.

KEM ĐÁNH:
- x) Trong máy trộn đứng có kèm theo máy đánh trứng, thêm kem đặc, đường, sữa bơ và muối rồi trộn ở tốc độ trung bình cho đến khi tạo thành chóp vừa.
- y) Để tủ lạnh cho đến khi sẵn sàng phục vụ.

CUỘC HỌP:
- z) Cắt bánh Tres leches thành lát. Trộn từng lát với kem đánh bông, sau đó trang trí bằng quả mọng tươi, quả ngâm và lá thì là.

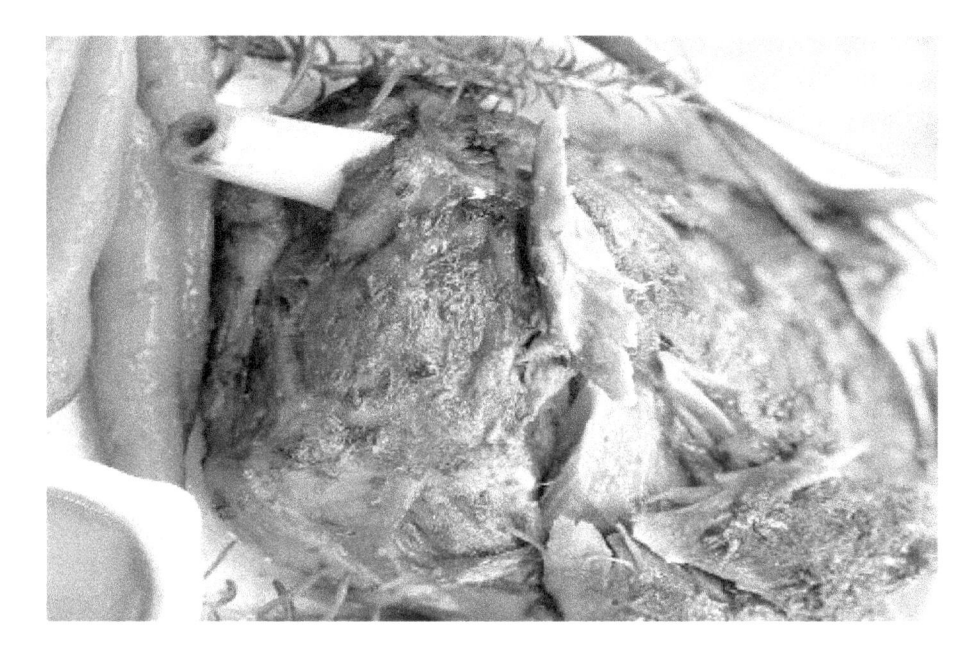

76. Vai cừu nướng chậm

THÀNH PHẦN:
- 2 muỗng canh hạt thì là, xay
- 1 muỗng canh hạt tiêu đen , xay
- 6 tép tỏi béo, băm nhỏ
- 1 muỗng canh dầu ô liu
- 1 muỗng cà phê muối mảnh
- 5 bảng . vai cừu, xương trong
- 2 củ hành lớn, thái lát
- 14 ounce Cà rốt vừa , đã chà sạch
- Muối và tiêu đen mới xay

HƯỚNG DẪN:
a) Để chuẩn bị hỗn hợp sệt, trộn tỏi, dầu ô liu và muối vào máy xay thực phẩm.

b) Đặt miếng thịt cừu vào một chiếc hộp nướng lớn và dùng dao sắc rạch hàng chục vết nhỏ trên khắp miếng thịt.

c) Rắc hạt thì là lên thịt cừu và chà xát càng nhiều càng tốt, chà xát vào các vết mổ.

d) Làm lạnh trong vài giờ .

e) Đặt nó vào lò gỗ trong 2 giờ để nướng.

f) Rải hành tây và toàn bộ cà rốt xung quanh thịt cừu, xoay chúng để nếm nước ép, rồi cho vào lò nướng thêm một giờ nữa, lúc đó mọi thứ sẽ cực kỳ mềm.

g) Chuyển thịt cừu sang khay phục vụ và rải rau xung quanh nó, rưới lên bất kỳ loại nước ép nào trong chảo.

77.Trà Hoa Cúc Và Thì Là

THÀNH PHẦN:
- 1 thìa cà phê hoa cúc
- 1 muỗng cà phê hạt thì là
- 1 thìa cà phê meadowsweet
- 1 muỗng cà phê rễ marshmallow, thái nhỏ
- 1 thìa cà phê yarrow

HƯỚNG DẪN:
a) Cho các loại thảo mộc vào ấm trà.
b) Đun sôi nước, cho vào ấm trà.
c) Để ngấm trong 5 phút và phục vụ.
d) Uống 1 cốc truyền dịch 3 lần một ngày.

HẠT GIỐNG CARAWAY

78. Bánh nướng thịt lợn trang trại

THÀNH PHẦN:
- 2 củ hành tây, xắt nhỏ
- 2 củ cà rốt, thái lát
- 1 đầu bắp cải, xắt nhỏ
- 3 chén thịt lợn nấu chín, thái hạt lựu
- Muối để nếm
- 1 chiếc bánh ngọt cho một chiếc bánh 9 inch
- ¼ cốc bơ hoặc bơ thực vật
- 2 củ khoai tây, thái hạt lựu
- 1 lon nước luộc gà (14oz)
- 1 thìa canh đắng thơm Angostura
- Tiêu trắng để nếm thử
- 2 thìa cà phê hạt caraway

HƯỚNG DẪN:
a) Xào hành tây trong bơ cho đến khi vàng.
b) Thêm cà rốt, khoai tây, bắp cải, nước dùng, thịt lợn và rau đắng; đậy nắp và nấu cho đến khi bắp cải mềm, khoảng 30 phút.
c) Nêm muối và tiêu trắng cho vừa ăn.
d) Chuẩn bị bánh ngọt, thêm hạt caraway.
e) Cán bánh ngọt trên một tấm bột mì nhẹ có độ dày ⅛ inch; cắt sáu hình tròn 6 inch lên trên sáu khuôn làm bánh 5 inch.
f) Chia đều nhân cho các khuôn làm bánh; phủ lớp vỏ lên trên, để bánh ngọt treo ½ inch trên các thành chảo.
g) Cắt một hình chữ thập ở giữa mỗi chiếc bánh; kéo lại các điểm bánh ngọt để mở phần trên của bánh nướng.
h) Nướng ở nhiệt độ 400'F đã làm nóng trước. nướng trong vòng 30 đến 35 phút hoặc cho đến khi lớp vỏ có màu nâu và nhân sủi bọt.

79.Súp siêu xanh dừa & tảo Spirulina

THÀNH PHẦN:
- 1 muỗng cà phê hạt thì là
- 1 muỗng cà phê hạt caraway
- 2" inch gừng, xắt nhỏ
- 3 tép tỏi, xắt nhỏ
- 1 củ hành trắng lớn, xắt nhỏ
- 2 nhánh cần tây, xắt nhỏ
- 1 đầu bông cải xanh
- 1 bí xanh/bí xanh, xắt nhỏ
- 1 quả táo, gọt vỏ và cắt nhỏ
- 2 chén rau bina đóng gói
- 3 chén nước luộc rau
- 1 thìa cà phê muối biển
- 1 thìa cà phê hạt tiêu
- 2 thìa cà phê tảo xoắn
- 1 muỗng canh nước cốt chanh

HƯỚNG DẪN:

a) Đun nóng 1 thìa dầu ô liu trong nồi lớn ở nhiệt độ trung bình rồi cho hạt caraway và hạt thì là vào, đun nóng cho đến khi chúng bắt đầu nổ.

b) Thêm hành tây vào chảo và nấu khoảng 3 phút hoặc cho đến khi trong suốt.

c) Cho tỏi và gừng vào xào tiếp trong 30 giây cho thơm.

d) Thêm cần tây và bông cải xanh, khuấy đều để kết hợp mọi thứ và nấu trong 1 phút trước khi thêm táo, bí, muối, hạt tiêu và nước luộc rau.

e) Đun sôi nước kho rồi giảm nhỏ lửa. Đun nhỏ lửa trong khoảng 10 phút hoặc cho đến khi rau mềm.

f) Thêm nước cốt dừa vào và đun sôi lại.

g) Thêm rau bina vào, khuấy đều và nấu trong 1 phút cho đến khi héo và có màu xanh tươi.

h) Tắt bếp và khuấy đều nước cốt chanh và tảo xoắn.

i) Chuyển sang máy xay sinh tố và xay ở tốc độ cao cho đến khi mịn! Phủ lên trên bánh mì nướng, đậu xanh rang hoặc dừa nạo

80.tiếng Đức Bratwurst

THÀNH PHẦN:
- 4 pound thịt mông lợn xay mịn
- 2 pound thịt bê xay mịn
- ½ thìa cà phê hạt tiêu xay
- 1 muỗng cà phê hạt caraway
- 1 muỗng cà phê kinh giới khô
- 1½ thìa cà phê tiêu trắng
- 3 thìa cà phê muối
- 1 cốc nước lạnh

HƯỚNG DẪN:
a) Kết hợp tất cả các thành phần, trộn đều và cho qua lưỡi xay mịn của máy xay một lần nữa.
b) Nhét vào vỏ lợn.

81.Bánh quy mặn và lúa mạch đen

THÀNH PHẦN:
- 1 chén bột mì nguyên chất
- 1 chén bột lúa mạch đen
- 1 thìa cà phê đường nâu đậm
- ½ muỗng cà phê bột nở
- ½ thìa cà phê muối mịn
- ¼ cốc bơ, khối ube d
- ½ cốc sữa
- 1 quả trứng, đánh bông
- 2 muỗng canh hạt caraway, tùy khẩu vị
- Muối mảnh

HƯỚNG DẪN:
a) Trong một tô trộn, trộn đều cả bột mì, đường, bột nở và muối.
b) Thêm các khối bơ vào và trộn cho đến khi chúng thấm hoàn toàn vào bột;
c) Thêm sữa vào và dùng thìa khuấy đều để tạo thành khối bột mịn. Bọc trong màng bám và để ở nhiệt độ phòng trong 30 phút.
d) Khi bạn đã sẵn sàng nướng, hãy rắc nhẹ bột lên bề mặt làm việc và khay nướng.
e) Cán bột sao cho vừa với hình dạng của khay nướng nhất có thể.
f) Dùng nĩa đâm khắp bánh quy, sau đó ấn sâu vào bánh.
g) Trong một cái bát, đập trứng và đánh nhẹ với một thìa nước. Quét khắp mặt bột, sau đó rắc hạt caraway và một lượng lớn muối biển lên trên.
h) Cho vào lò đốt củi và nướng trong 20 phút ở nhiệt độ khoảng 350°F.
i) Khi bánh quy đã nguội, hãy cắt chúng dọc theo vạch ghi điểm và phục vụ.

HẠT NIGELLA/HẠT THÌ ĐEN

82. Bánh Tart Cà Tím Phô Mai Dê

THÀNH PHẦN:
- 2 pound cà tím (khoảng 3 quả cà tím nhỏ; 900g)
- 4 muỗng cà phê muối kosher, chia
- Bột mì đa dụng, dùng để quét bụi
- 2 miếng bánh phồng đông lạnh (1 hộp đầy đủ), rã đông
- 4 muỗng canh dầu ô liu nguyên chất (2 ounce; 60g)
- Hạt tiêu vừa mới nghiền
- ½ chén phô mai dê tươi (4 ounce; 112g)
- 2 cốc Gouda cắt nhỏ (6 ounce; 168g)
- 2 thìa cà phê hạt nigella
- 4 thìa mật ong (2 ounce; 60g), chia
- Các loại thảo mộc tươi, chẳng hạn như hẹ hoặc húng quế, để trang trí (tùy chọn)

HƯỚNG DẪN:

a) Dùng dao hoặc mandoline của đầu bếp sắc bén, cắt cà tím thành những lát dày ¼ inch.

b) Trộn các lát với 1 thìa canh (12 g) muối kosher và đặt chúng sang một bên trong một cái rây đặt trên bát hoặc bồn rửa. Để chúng ráo nước trong ít nhất 30 phút.

c) Điều chỉnh hai giá đỡ trong lò ở vị trí trên và dưới giữa. Làm nóng lò ở nhiệt độ 400°F (200°C).

d) Xếp ba khay nửa tờ có viền bằng giấy da. Ngoài ra, hãy cắt thêm một tờ giấy da và đặt nó sang một bên.

e) Trên một bề mặt đã phủ bột mì nhẹ, đặt các tấm bánh phồng đã rã đông lên nhau.

f) Cán bánh cho đến khi nó vừa đủ lớn để vừa với khay nửa tờ, khoảng 11 x 15 inch. Dùng lượng bột vừa đủ để chống dính.

g) Lăn bánh ngọt lên cây cán bột để chuyển bánh, sau đó trải bánh lên khay nướng có lót giấy da. Đặt thêm tờ giấy da lên trên.

h) Lúc này, cà tím đã tiết ra chất lỏng dư thừa. Rửa sạch các lát cà tím dưới nước lạnh để loại bỏ lượng muối còn sót lại và thấm khô bằng khăn bếp hoặc khăn giấy sạch. Xếp các lát cà tím lên hai khay nướng có lót giấy còn lại. Nêm chúng với dầu ô liu nguyên chất, hạt tiêu đen và muối kosher còn lại.

i) Đặt một trong các khay nướng cà tím lên trên lớp bánh phồng để tạo trọng lượng cho bánh khi nướng. Nướng cả ba khay trong lò làm nóng trước khoảng 20 phút, xoay chảo sau 10 phút. Trong thời gian này, cà tím sẽ mềm và bánh sẽ cứng lại nhưng không có màu sắc.

LẮP RÁP BÁNH TART:

j) Sau lần nướng đầu tiên, lấy khay ra khỏi lò. Tăng nhiệt độ lò lên 500°F (260°C). Dùng thìa bù lại để phết đều phô mai dê lên bánh phồng. Rắc hạt Gouda và nigella cắt nhỏ lên trên phô mai dê.

k) Xếp các lát cà tím đã nấu chín một phần để phủ lên bánh tart. Rưới đều 2 thìa canh (30g) mật ong lên cà tím.

l) Cho bánh tart vào lò nướng thêm 15 phút hoặc cho đến khi bánh có màu nâu đậm và giòn hoàn toàn.

m) Hoàn thành món bánh tart bằng cách rưới lượng mật ong còn lại lên trên. Tùy chọn, trang trí với các loại thảo mộc tươi như hẹ hoặc húng quế. Cắt bánh tart thành từng phần mong muốn và dùng ngay.

n) Hãy thưởng thức món bánh tart cà tím thơm ngon với phô mai dê và mật ong này như một món khai vị hoặc món chính thú vị.

83. Bánh nướng gà

THÀNH PHẦN:
ĐỐI VỚI BÁNH BÁNH:
- 225g bột mì tự nở, cộng thêm để phủ bụi
- 1 thìa cà phê bột nở
- 140g bơ lạnh, cắt thành từng miếng nhỏ
- 150ml sữa
- 1 muỗng canh hạt nigella
- 1 quả trứng, đánh bông

ĐỐI VỚI ĐIỀN:
- 3 ức gà nấu chín, thái nhỏ hoặc thái nhỏ
- 100g tương ớt xoài
- 2 thìa cà phê bột cà ri nhẹ
- 150g sữa chua thiên nhiên
- 75g sốt mayonaise
- Bó rau mùi nhỏ, xắt nhỏ
- Bó bạc hà nhỏ, xắt nhỏ
- Nước cốt của ½ quả chanh
- ½ quả dưa chuột, gọt vỏ thành dải
- 1 củ hành đỏ nhỏ, thái lát mỏng

HƯỚNG DẪN:
ĐỐI VỚI BÁNH BÁNH:
a) Lót giấy nướng vào khay nướng và làm nóng lò trước ở nhiệt độ 220°C/quạt/khí 200°C 7.

b) Trong một tô lớn, trộn bột mì tự nổi, bột nở và ¼ thìa cà phê muối. Thêm bơ lạnh đã cắt nhỏ vào và dùng đầu ngón tay chà xát vào bột cho đến khi hỗn hợp giống như vụn bánh mì mịn.

c) Thêm sữa và hạt nigella, sau đó dùng dao nĩa trộn các nguyên liệu cho đến khi tạo thành một khối bột mềm.

d) Đổ bột lên bề mặt làm việc của bạn và nhào nhanh để kết hợp bất kỳ mảnh vụn lỏng lẻo nào. Đổ bột lên bề mặt thật kỹ và cán bột thành độ dày khoảng 1½cm. Dùng khuôn cắt bánh quy 7cm để dập 12 hình tròn. Bạn có thể cần phải kết hợp các mảnh vụn và cuộn lại để tạo thành tất cả 12 chiếc bánh nướng.

e) Xếp bánh nướng lên khay nướng, phết một ít trứng đánh lên mặt trên và nướng trong vòng 10-12 phút hoặc cho đến khi chúng có màu vàng nâu. Đặt chúng sang một bên để nguội trong khi chuẩn bị nhân.

ĐỐI VỚI ĐIỀN:

f) Trong một bát, trộn thịt gà cắt nhỏ hoặc xé nhỏ, tương ớt xoài, bột cà ri nhẹ, sữa chua tự nhiên, sốt mayonnaise, rau thơm xắt nhỏ, nước cốt chanh và nêm gia vị cho vừa ăn. Làm lạnh hỗn hợp này cho đến khi bạn sẵn sàng làm bánh nướng.

ĐỂ LẮP RÁP:

g) Để phục vụ, hãy chia bánh nướng và làm bánh mì sandwich với thịt gà đăng quang, ruy băng dưa chuột và hành đỏ thái lát mỏng.

h) Nếu muốn, hãy dùng xiên để giữ các miếng bánh nướng lại với nhau.

84. Hỗn hợp gia vị Tikur Azmud (Hỗn hợp thì là đen)

THÀNH PHẦN:
- 2 muỗng canh hạt thì là đen (Tikur Azmud)
- 1 muỗng canh hạt rau mùi
- ½ muỗng cà phê hạt bạch đậu khấu
- ½ muỗng cà phê hạt cỏ cà ri
- ½ muỗng cà phê hạt mù tạt
- ½ muỗng cà phê hạt nigella (kalonji)
- ½ muỗng cà phê quế xay
- ½ thìa cà phê đinh hương xay
- ½ thìa cà phê hạt tiêu xay

HƯỚNG DẪN:
a) Trong chảo khô, nướng nhẹ hạt thì là, hạt rau mùi, hạt bạch đậu khấu, hạt cỏ cà ri, hạt mù tạt và hạt nigella cho đến khi chúng có mùi thơm. Hãy cẩn thận để không đốt chúng.
b) Để hạt rang nguội rồi dùng máy xay gia vị hoặc cối chày xay thành bột mịn.
c) Trong một cái bát, kết hợp hỗn hợp gia vị xay với quế xay, đinh hương và hạt tiêu.
d) Bảo quản hỗn hợp gia vị Tikur Azmud trong hộp kín ở nơi tối, mát mẻ.

85. Cà ri gà xanh Matcha chanh

THÀNH PHẦN:
- 2 muỗng canh rau mùi, hạt cộng với 1 bó lớn, xắt nhỏ
- 1 thìa thì là, hạt
- 1 ½ thìa cà phê, trà xanh
- 1 nhúm hạt nhục đậu khấu mới xay
- 6 tép tỏi, xắt nhỏ
- 5 củ hẹ, xắt nhỏ
- 8 quả ớt xanh, bỏ hạt và cắt nhỏ
- 125 g riềng, cắt nhỏ
- 2 cọng sả, bỏ lá ngoài, cắt nhỏ cuống bên trong
- 4 lá chanh Kaffir, cắt nhỏ
- 2 thìa canh mắm tôm
- 1 quả chanh, ép lấy nước
- 4 muỗng canh dầu lạc
- 2 ức gà không da, thái lát
- 400 ml nước luộc gà
- 400ml nước cốt dừa
- 250 g Mangetout, thái lát mỏng
- 4 Bok Choy nhỏ, xắt nhỏ
- Muối
- Tiêu đen, mới xay
- nhánh rau mùi
- 2 quả chanh, cắt thành từng múi
- 1 muỗng canh hạt tiêu đen, nghiền nát

HƯỚNG DẪN:
a) Cách làm món cà ri gà matcha xanh cay với chanh
b) Nướng rau mùi và hạt thì là trong chảo rán khô đặt trên lửa vừa cho đến khi có mùi thơm.
c) Cho vào máy xay gia vị, thêm bột matcha và xay cho đến khi mịn và thành bột.
d) Cho nó vào máy xay sinh tố hoặc máy chế biến thực phẩm.
e) Thêm hạt nhục đậu khấu, tỏi, hẹ tây, rau mùi, ớt, riềng, sả, kaffir, lá chanh, mắm tôm và nước cốt chanh.
f) Trộn ở tốc độ cao cho đến khi mịn và giống như bột nhão.
g) Đun nóng 2 muỗng canh dầu trong chảo lớn đặt trên lửa vừa phải.

h) Nêm gà với muối và hạt tiêu trước khi cho vào chảo và xào cho đến khi vàng, khoảng 3-4 phút.
i) Chuyển sang đĩa.
j) Thêm lượng dầu còn lại rồi cho bột vào, chiên thường xuyên cho đến khi bắt đầu sẫm màu, khoảng 4-5 phút.
k) Cho nước kho và nước cốt dừa vào đun sôi.
l) Cho gà vào nước sốt, đậy nắp một phần và nấu trên lửa nhỏ cho đến khi chín trong khoảng 6-8 phút.
m) Thêm măng cụt và pak choi vào cà ri và nấu thêm 3-4 phút cho đến khi mềm.
n) Nêm cà ri với muối và hạt tiêu cho vừa ăn.
o) Phục vụ món cà ri gà matcha xanh trên chảo với một ít nhánh rau mùi, vài lát chanh và rắc hạt tiêu đen nghiền nát.

HẠT ĐU ĐỦ

86. Salsa hạt đu đủ

THÀNH PHẦN:
- 1 cốc đu đủ chín thái hạt lựu
- 2 muỗng canh hành đỏ băm
- 1 quả ớt jalapeño, bỏ hạt và băm nhỏ
- 2 muỗng canh rau mùi tươi xắt nhỏ
- Nước ép 1 quả chanh
- Muối để nếm
- 1 muỗng canh hạt đu đủ

HƯỚNG DẪN:
a) Trong một cái bát, trộn đu đủ thái hạt lựu, hành tím băm, ớt jalapeño băm, ngò xắt nhỏ và nước cốt chanh.
b) Thêm hạt đu đủ và trộn đều.
c) Nêm muối cho vừa ăn.
d) Để salsa ít nhất 15 phút để hương vị hòa quyện.
e) Ăn kèm với bánh tortilla, cá nướng hoặc tacos.

87. Sinh tố hạt đu đủ

THÀNH PHẦN:
- 1 quả chuối chín
- 1 cốc đu đủ thái hạt lựu
- 1/2 chén dứa miếng
- 1/2 chén lá rau bina
- 1/2 cốc nước dừa hoặc sữa hạnh nhân
- 1 muỗng canh hạt đu đủ
- Mật ong hoặc xi-rô cây phong (tùy chọn, để tạo vị ngọt)

HƯỚNG DẪN:

a) Trong máy xay sinh tố, trộn chuối chín, đu đủ thái hạt lựu, miếng dứa, lá rau bina, nước dừa hoặc sữa hạnh nhân và hạt đu đủ.

b) Trộn cho đến khi mịn và kem.

c) Nếm thử và thêm mật ong hoặc xi-rô cây phong nếu muốn để tăng thêm vị ngọt.

d) Rót ra ly và thưởng thức ngay như một ly sinh tố sảng khoái và bổ dưỡng.

88.Sốt hạt đu đủ

THÀNH PHẦN:
- ¼ chén hạt đu đủ
- ¼ chén dầu ô liu
- 2 muỗng canh giấm rượu trắng
- 1 thìa mật ong
- 1 thìa cà phê mù tạt Dijon
- Muối và hạt tiêu cho vừa ăn

HƯỚNG DẪN:

a) Trong máy xay sinh tố hoặc máy chế biến thực phẩm, kết hợp hạt đu đủ, dầu ô liu, giấm rượu trắng, mật ong, mù tạt Dijon, muối và hạt tiêu.
b) Trộn cho đến khi nước sốt mịn và hạt đu đủ được kết hợp tốt.
c) Nếm thử và điều chỉnh gia vị nếu cần.
d) Chuyển nước sốt hạt đu đủ vào chai hoặc lọ có nắp đậy kín.
e) Lắc đều trước khi sử dụng.
f) Rưới nước sốt lên món salad hoặc dùng làm nước xốt cho thịt hoặc rau nướng.

HẠT HỖN HỢP

89. Thandai Tres Leches

THÀNH PHẦN:
ĐỐI VỚI BỘT THANDAI:
- 2 thìa hạnh nhân
- 1 muỗng canh hạt điều
- ¼ thìa cà phê hạt tiêu đen
- ½ muỗng canh hạt thì là
- ½ muỗng canh hạt anh túc
- ½ muỗng canh hạt dưa
- 8-10 quả bạch đậu khấu
- ½ muỗng canh cánh hoa hồng khô
- 8-10 sợi nghệ tây

ĐỐI VỚI MẶT BẰNG:
- 1 + ½ chén bột mì đa dụng
- 1 thìa cà phê bột nở
- 1 cốc sữa chua
- ½ muỗng cà phê baking soda
- ¾ cốc đường
- ½ chén dầu thực vật
- 1 muỗng cà phê chiết xuất vani
- 2 thìa bột thandai

ĐỐI VỚI HỖN HỢP SỮA:
- 1½ cốc sữa
- ½ cốc sữa đặc
- ¾ cốc kem tươi
- 7-8 sợi nghệ tây
- 2 muỗng canh si-rô thandai

ĐỐI VỚI TRANG TRÍ:
- Kem đánh
- Sợi nghệ tây
- Lá vàng
- Cánh hoa hồng khô

HƯỚNG DẪN:
BỘT THANDAI:
a) Trong máy xay thực phẩm, kết hợp hạnh nhân, hạt điều, hạt tiêu đen, hạt thì là, hạt anh túc, hạt dưa, vỏ bạch đậu khấu, cánh hoa hồng khô và sợi nghệ tây. Nghiền thành bột mịn. Để qua một bên.
b) Làm nóng lò ở nhiệt độ 180°C. Lót một cái chảo vuông 9 inch bằng giấy da ở cả hai mặt.

CHUẨN BỊ BỌT BÔNG:
c) Trong một cái bát, trộn sữa chua và rắc baking soda lên trên. Hãy để nó nổi bọt.
d) Thêm đường caster vào cùng một bát và trộn đều.
e) Đặt một cái rây lên trên tô và thêm bột mì đa dụng và bột nở. Trộn đều.
f) Thêm chiết xuất vani và bột thandai vào bột. Trộn cho đến khi kết hợp tốt.
g) Đổ bột vào chảo đã chuẩn bị sẵn và nướng ở 180°C trong 20-25 phút hoặc cho đến khi xiên que vào thấy tăm sạch.

HỖN HỢP SỮA:
h) Đổ sữa ấm vào bình hoặc cốc đong.
i) Thêm sợi nghệ tây, kem đánh bông, sữa đặc và xi-rô thandai. Trộn đều.

NGÂM BÁNH:
j) Sau khi nướng bánh xong, dùng nĩa đâm đều khắp bánh.
k) Đổ hỗn hợp sữa thành ba phần, để nó ngấm đều giữa các khoảng thời gian. Nghiêng chảo để đảm bảo hấp thụ thích hợp.
l) Tiết kiệm một ít hỗn hợp sữa để phục vụ.
m) Làm lạnh trong 8 giờ hoặc qua đêm.
n) Trước khi dùng, phết kem tươi lên bề mặt.
o) Trang trí với kem đánh bông, cánh hoa hồng khô, sợi nghệ tây và lá vàng.
p) Cắt bánh thành từng miếng vuông và đặt lên đĩa.
q) Đổ hỗn hợp sữa còn sót lại lên bánh trong khi phục vụ.
r) Thưởng thức!

90. củ cải ngâm

THÀNH PHẦN:
- 1 bó củ cải, gọt vỏ và thái lát mỏng
- 1 chén giấm trắng
- ½ cốc nước
- ¼ cốc đường
- 1 muỗng canh muối
- 1 thìa cà phê hạt tiêu đen nguyên hạt
- 1 muỗng cà phê hạt mù tạt
- 1 muỗng cà phê hạt thì là

HƯỚNG DẪN:
f) Trong một cái chảo, trộn giấm, nước, đường, muối, hạt tiêu đen, hạt mù tạt và hạt thì là.
g) Đun sôi hỗn hợp và khuấy cho đến khi đường và muối tan.
h) Đặt củ cải thái lát vào lọ khử trùng.
i) Đổ nước ngâm nóng lên củ cải, đảm bảo chúng ngập hoàn toàn.
j) Để củ cải muối nguội đến nhiệt độ phòng, sau đó đậy nắp và để trong tủ lạnh ít nhất 24 giờ trước khi dùng.

91. Cà Ri Bí Ngô Hạt Cay

THÀNH PHẦN:
- 3 chén bí ngô – cắt thành miếng 1-2 cm
- 2 muỗng canh dầu
- ½ muỗng canh hạt mù tạt
- ½ muỗng canh hạt thì là
- Pinch asafetida
- 5-6 lá cà ri
- ¼ muỗng canh hạt cỏ cà ri
- ¼ muỗng canh hạt thì là
- ½ muỗng canh gừng xay
- 1 muỗng canh bột me
- 2 muỗng canh - dừa khô, xay
- 2 thìa đậu phộng rang xay
- Muối và đường nâu hoặc đường thốt nốt cho vừa ăn
- Lá rau mùi tươi

HƯỚNG DẪN:
a) Đun nóng dầu và thêm hạt mù tạt. Khi chúng nổ ra, thêm thì là, cây hồ đào, asafetida, gừng, lá cà ri và thì là. Nấu trong 30 giây.

b) Thêm bí ngô và muối. Thêm bột me hoặc nước có cùi bên trong. Thêm đường thốt nốt hoặc đường nâu. Thêm dừa xay và bột đậu phộng. Nấu thêm vài phút nữa. Thêm rau mùi mới cắt nhỏ.

92. Gỏi Bắp Lựu

THÀNH PHẦN:
- 1 chén bắp cải – bào sợi
- ½ quả lựu, bỏ hạt
- ¼ muỗng canh hạt mù tạt
- ¼ muỗng canh hạt thì là
- 4-5 lá cà ri
- Kẹp asafoetida
- 1 muỗng canh dầu
- Muối và đường cho vừa ăn
- Nước chanh để nếm thử
- Lá rau mùi tươi

HƯỚNG DẪN:
a) Kết hợp lựu và bắp cải.
b) Đun nóng hạt mù tạt trong chảo với dầu.
c) Thêm hạt thì là, lá cà ri và asafoetida vào chảo.
d) Trộn hỗn hợp gia vị với bắp cải.
e) Thêm đường, muối và nước cốt chanh vào rồi trộn đều. Phục vụ trang trí với rau mùi.

93. Gỏi Cà Rốt Lựu

THÀNH PHẦN:
- 2 củ cà rốt – bào sợi
- ½ quả lựu, bỏ hạt
- ¼ muỗng canh hạt mù tạt
- ¼ muỗng canh hạt thì là
- 4-5 lá cà ri
- Kẹp asafoetida
- 1 muỗng canh dầu
- Muối và đường cho vừa ăn
- Nước chanh - để nếm thử
- Lá rau mùi tươi

HƯỚNG DẪN:
a) Kết hợp lựu và cà rốt.
b) Đun nóng hạt mù tạt trong chảo với dầu.
c) Thêm hạt thì là, lá cà ri và asafoetida.
d) Trộn hỗn hợp gia vị với cà rốt.
e) Thêm đường, muối và nước cốt chanh.
f) Phục vụ trang trí với rau mùi.

94. Trà gia vị Masala

THÀNH PHẦN:
- 1 thanh quế
- 5-6 tép nguyên
- 5-6 quả bạch đậu khấu
- Miếng gừng tươi 1 inch, nạo
- 1 muỗng cà phê hạt tiêu đen
- 1 muỗng cà phê hạt thì là
- 1 muỗng cà phê hạt rau mùi
- 1 thìa cà phê hạt thì là

HƯỚNG DẪN:

a) Trong chảo, rang khô thanh quế, đinh hương, vỏ bạch đậu khấu, hạt tiêu đen, hạt thì là, hạt rau mùi và hạt thì là trên lửa nhỏ cho đến khi có mùi thơm.
b) Tắt bếp và để gia vị nguội.
c) Nghiền các gia vị đã rang trong máy xay gia vị hoặc cối và chày cho đến khi mịn.
d) Bảo quản Trà Masala của Kenya trong hộp kín.
e) Để sử dụng, hãy thêm một hoặc hai nhúm trà masala vào trà của bạn trong khi pha để có hương vị thơm và gia vị.

95. Đậu xanh tẩm gia vị

THÀNH PHẦN:
- 3 chén đậu xanh nấu chín
- 1 muỗng canh dầu ô liu
- 2 muỗng cà phê hạt thì là
- 2 thìa cà phê hạt nigella
- 2 thìa cà phê ớt bột, tùy khẩu vị
- Muối mảnh

HƯỚNG DẪN:

a) Trong một khay rang nhỏ, đổ đậu xanh đã ráo nước và rửa sạch thành một lớp.

b) Rưới dầu và rắc thì là, nigella và ớt lên trên. Cho một nhúm muối biển vào để trộn đều.

c) Đặt chảo vào lò nướng củi nóng và nướng đậu xanh trong khoảng 30 phút, thỉnh thoảng lắc hộp thiếc để trộn chúng lên để đảm bảo nấu chín đều.

d) Chúng phải sắc nét và có màu nâu vàng đậm. Để nguội một chút trước khi chuyển sang bát phục vụ.

96.nam việt quất và hạt

THÀNH PHẦN:
- 1 chén bột mì đa dụng
- 2 muỗng canh đường nâu
- ¾ cốc nam việt quất thái hạt lựu
- ½ cốc hồ đào
- ½ chén hạt bí ngô
- 2 muỗng cà phê hạt chia
- 2 thìa cà phê hạt vừng
- 1 muỗng cà phê hương thảo tươi thái nhỏ
- ½ muỗng cà phê vỏ cam
- 1 thìa cà phê baking soda
- ½ muỗng cà phê muối
- 1 cốc sữa
- Muối thô (để làm topping)

HƯỚNG DẪN:
a) Làm nóng lò nướng của bạn ở nhiệt độ 350°F (180°C).
b) Trong một tô lớn, trộn tất cả nguyên liệu trừ sữa. Sau khi mọi thứ đã trộn đều, thêm sữa để tạo thành bột.
c) Bôi mỡ vào các khuôn bánh mì nhỏ bằng bình xịt nấu ăn và đổ bột vào khuôn, đổ đầy khoảng 2/3 khuôn.
d) Nướng trong 25-40 phút hoặc cho đến khi bánh quy trở nên cứng. Thời gian nướng chính xác có thể khác nhau tùy thuộc vào kích thước ổ bánh mì của bạn. Chảo bánh mì nhỏ của tôi mất khoảng 30 phút để nướng.
e) Để bánh nướng nguội trong vòng 10-15 phút, sau đó chuyển chúng vào ngăn đá tủ lạnh trong 30-60 phút. Ngoài ra, bạn có thể để chúng nguội ở nhiệt độ phòng, mặc dù việc này có thể mất vài giờ.
f) Sau khi ổ bánh mì đã nguội hoàn toàn, hãy làm nóng lò nướng của bạn ở nhiệt độ 325°F (160°C) và cẩn thận lấy ổ bánh mì đã nướng ra khỏi chảo ổ bánh mì.
g) Dùng dao có răng cưa sắc cắt từng ổ bánh thành từng lát mỏng, dày khoảng ⅛.
h) Đặt những chiếc bánh quy đã cắt lát lên giá nướng bằng lưới đặt trên khay lót giấy nến, rắc hoặc xay muối thô lên trên.
i) Nướng trong 25-30 phút.
j) Để bánh nguội; chúng sẽ tiếp tục giòn khi nguội.

97. Vỏ sô cô la Godiva và hạnh nhân

THÀNH PHẦN:
- 8 ounce sôcôla đen Godiva, thái nhỏ
- ½ chén hạnh nhân rang, xắt nhỏ
- ¼ chén hỗn hợp các loại hạt (ví dụ: hạt bí ngô, hạt hướng dương, hạt chia)
- Một nhúm muối biển mịn (tùy chọn, để trang trí)

HƯỚNG DẪN:

a) Lót khay nướng bằng giấy nến hoặc tấm lót nướng silicon. Hãy chắc chắn rằng nó phù hợp với bên trong tủ lạnh hoặc tủ đông của bạn.

b) Đặt sô cô la đen Godiva thái nhỏ (hoặc sô cô la đen) vào tô an toàn với lò vi sóng. Cho vào lò vi sóng trong khoảng thời gian 20-30 giây, khuấy đều mỗi lần cho đến khi sô cô la tan chảy hoàn toàn và mịn. Ngoài ra, bạn có thể làm tan chảy sô cô la bằng nồi hơi đôi trên bếp.

c) Đổ sô cô la đen tan chảy lên khay nướng đã chuẩn bị. Dùng thìa hoặc mặt sau của thìa dàn đều thành hình chữ nhật hoặc hình vuông, dày khoảng ¼ đến ½ inch.

d) Rắc đều hạnh nhân rang cắt nhỏ và các loại hạt đã trộn lên trên sô-cô-la tan chảy khi sô-cô-la vẫn còn mềm. Nhẹ nhàng ấn chúng xuống sô cô la để chúng dính chặt.

e) Nếu muốn, rắc một chút muối biển mịn lên trên vỏ sô cô la. Điều này tạo thêm sự tương phản thú vị với vị ngọt của sô cô la.

f) Đặt khay nướng vào tủ lạnh hoặc tủ đông để vỏ sô cô la đông lại. Sẽ mất khoảng 30 phút đến 1 giờ trong tủ lạnh hoặc khoảng 15-30 phút trong tủ đông.

g) Sau khi vỏ sô cô la đã cứng hoàn toàn và cứng lại, hãy lấy nó ra khỏi tủ lạnh hoặc tủ đông.

h) Dùng tay hoặc dao bẻ nó thành những mảnh hoặc mảnh không đều.

98. Bát bí Goji

THÀNH PHẦN:
- 2 quả bí vừa
- 4 muỗng cà phê dầu dừa
- 1 muỗng canh xi-rô phong hoặc đường nâu
- 1 thìa cà phê garam masala
- Muối biển tốt
- 2 cốc sữa chua Hy Lạp nguyên chất
- Yến mạch cán nhỏ
- quả Goji
- Hạt lựu
- Hồ đào xắt nhỏ
- Hạt bí ngô nướng
- Bơ hạt
- Hạt giống cây gai dầu

HƯỚNG DẪN:

a) Làm nóng lò ở nhiệt độ 375°F.
b) Cắt quả bí làm đôi từ gốc đến dưới. Múc ra và bỏ hạt. Quét dầu và xi-rô cây thích lên phần thịt của mỗi nửa, sau đó rắc garam masala và một chút muối biển. Đặt quả bí lên khay nướng có viền với mặt cắt hướng xuống dưới. Nướng cho đến khi mềm, 35 đến 40 phút.
c) Lật bí lại và để nguội một chút.
d) Để phục vụ, hãy đổ đầy sữa chua và granola vào mỗi nửa quả bí. Phủ lên trên quả goji, hạt lựu, quả hồ đào và hạt bí ngô, rưới bơ hạt và rắc hạt gai dầu.

99. Bát sữa chua siêu thực phẩm

THÀNH PHẦN:
- 1 cốc sữa chua Hy Lạp
- 1 thìa cà phê bột cacao
- ½ muỗng cà phê vani
- Những hạt lựu
- Hạt giống cây gai dầu
- hạt chia
- quả Goji
- Quả việt quất

HƯỚNG DẪN:

a) Kết hợp tất cả các thành phần trong một cái bát.

100. Bát đu đủ Kiwi

THÀNH PHẦN:
- 4 muỗng canh rau dền, chia
- 2 quả đu đủ chín nhỏ
- 2 cốc sữa chua dừa
- 2 quả kiwi, gọt vỏ và thái hạt lựu
- 1 quả bưởi hồng lớn, gọt vỏ và cắt múi
- 1 quả cam rốn lớn, gọt vỏ và cắt múi
- Hạt giống cây gai dầu
- Hạt mè đen

HƯỚNG DẪN:

a) Đun nóng một chiếc chảo cao và rộng trên lửa vừa cao trong vài phút.

b) Kiểm tra xem chảo có đủ nóng hay không bằng cách thêm một vài hạt rau dền.

c) Chúng sẽ rung lên và bật ra trong vòng vài giây. Nếu không, hãy làm nóng chảo thêm một phút nữa và kiểm tra lại. Khi chảo đủ nóng, thêm 1 thìa rau dền.

d) Các hạt sẽ bắt đầu nổi lên trong vòng vài giây.

e) Đậy nắp nồi và thỉnh thoảng lắc cho đến khi tất cả các hạt nổi lên. Đổ phần rau dền đã luộc vào tô và lặp lại với phần rau dền còn lại, mỗi lần 1 muỗng canh.

f) Cắt đu đủ làm đôi theo chiều dọc, từ thân đến đuôi, sau đó bỏ hạt. Đổ đầy rau dền và sữa chua dừa vào mỗi nửa.

g) Phủ các múi kiwi, bưởi và cam lên trên rồi rắc hạt gai dầu và hạt vừng.

PHẦN KẾT LUẬN

Khi chia tay "HẠT HẠT TUYỆT VỜI SÁCH NẤU ĂN", chúng tôi làm như vậy với trái tim tràn đầy lòng biết ơn đối với những hương vị được thưởng thức, những kỷ niệm được tạo ra và những cuộc phiêu lưu ẩm thực được chia sẻ trên đường đi. Thông qua 100 công thức tôn vinh sự đa dạng và tính linh hoạt của hạt, chúng tôi đã khám phá tiềm năng đáng kinh ngạc của những nguyên liệu nhỏ bé nhưng mạnh mẽ này, đồng thời khám phá ra hương vị, kết cấu và kỹ thuật mới trong quá trình thực hiện.

Nhưng cuộc hành trình của chúng tôi không kết thúc ở đây. Khi quay trở lại nhà bếp của mình, với nguồn cảm hứng mới và sự đánh giá cao về hạt giống, chúng ta hãy tiếp tục thử nghiệm, đổi mới và sáng tạo. Cho dù chúng ta đang nấu ăn cho chính mình, người thân hay khách, cầu mong các công thức nấu ăn trong cuốn sách nấu ăn này sẽ mang lại niềm vui và sự hài lòng trong nhiều năm tới.

Và khi chúng ta thưởng thức từng miếng ngon lành của hạt giống, chúng ta hãy nhớ đến những niềm vui đơn giản là được ăn ngon, có bạn bè thân thiết và niềm vui khi nấu nướng. Cảm ơn bạn đã tham gia cùng chúng tôi trong cuộc hành trình đầy hương vị này qua thế giới hạt giống. Cầu mong căn bếp của bạn luôn tràn ngập những hạt giống tốt lành và cầu mong mỗi món ăn bạn tạo ra đều là sự tôn vinh sức khỏe, hương vị và sự sáng tạo.